റഫീക്ക് അഹമ്മദ്
പാട്ടുവഴിയോരത്ത്

റഫീക്ക് അഹമ്മദ്
പാട്ടുവഴിയോരത്ത്

തയ്യാറാക്കിയത്
ശ്രീശോഭ്

ഗ്രീൻ ബുക്സ്

green books private limited
gb building, civil lane road, ayyanthole,
thrissur- 680 003, kerala, ph: +91 487-2381066, 2381039
website: www.greenbooksindia.com
e-mail: info@greenbooksindia.com

malayalam
rafeeq ahamed
pattuvazhiyorathu
memoirs

compiled by
sreesobh

first published january 2018
copyright reserved

rafeeq ahamed photo : mohamed safi
cover design : rajesh chalode

branches:
thrissur 0487-2422515
palakkad 0491-2546162
thiruvananthapuram 0471-2335301
calicut 0495 4854662
kannur 0497-2763038

isbn : 978-93-87331-40-2

---

no part of this publication may be reproduced,
or transmitted in any form or by any means,
without prior written permission of the publisher.

GBPL/987/2018

മുഖക്കുറി

മലയാളി പറയാൻ മറന്ന പരിഭവങ്ങൾ ഏറ്റുപറഞ്ഞും മൗന ഭാഷണത്തിന്റെ ആഴങ്ങൾ അറിഞ്ഞും ഈറൻമുകിൽ തൊടുന്ന മേയ്മാസക്കാലമോർത്തും ഒരു കവി.

ഒരു മാസ്മരികതയിലെന്നോണം കുറഞ്ഞകാലത്തി നിടയിൽ അദ്ദേഹം എഴുത്തിന്റെ വിഹായസ്സിലേക്ക് ഉദിച്ചു യർന്നു. കവിതയെ, പാട്ടെഴുത്തിനെ നിർവൃതിയുടെ ഒടുങ്ങാത്ത ലഹരിയാക്കുന്ന റഫീക്ക് അഹമ്മദ്, സ്വപ്ന ങ്ങളെ വാക്കകങ്ങളിൽ യാഥാർത്ഥ്യമാക്കിയെടുക്കാനുള്ള തന്റെ ഒടുങ്ങാത്ത അഭിവാഞ്ഛയെക്കുറിച്ച്, ലോകത്തെ എങ്ങനെ മാറ്റിത്തീർക്കണം എന്ന സ്വപ്നത്തെക്കുറിച്ച് സംസാരിക്കുന്നു.

കൃഷ്ണദാസ്

മാനേജിങ് എഡിറ്റർ

ആമുഖം

നിശാശലഭത്തിന്റെ ചിറകിലെ കണ്ണുകൾ എന്നെ ഭയപ്പെടുത്തി. അവ പറന്നുവരുന്നത് എവിടെ നിന്നാണ്, എങ്ങോട്ടാണവ പോയ്മറയുന്നത്?

കവിത, പാട്ടെഴുത്ത്, നോവൽ... ഈ മൂന്നു മേഖലകളിലും ഞാൻ വ്യാപരിച്ചിട്ടുണ്ട്. ഇതൊന്നുംതന്നെ വളരെ മുൻകൂട്ടി നിശ്ചയിച്ചുറപ്പിച്ച് ചെന്നെത്തിയ ഇടങ്ങളല്ല. അങ്ങനെയൊക്കെ ആയിപ്പോയി എന്നു മാത്രമേയുള്ളൂ. എന്റെ ജീവിതത്തിൽനിന്ന് ആർക്കും ഒന്നും പഠിക്കാനില്ല. ഞാനുമായി അഭിമുഖത്തിനെത്തുന്നവരോടെല്ലാം എനിക്കു പറയാനുള്ളത് അതു മാത്രമാണ്. ലോകംചുറ്റി സഞ്ചരിക്കുകയും അനുഭവങ്ങളും അനുഭൂതികളും സഞ്ചയിക്കുകയും ചെയ്തിട്ടുള്ളവനല്ല ഞാൻ. പണ്ഡിതനുമല്ല. ചെറുപ്പം മുതലേ ഞാൻ കേട്ടുപോന്നിട്ടുള്ളത് എഴുത്തുകാരന് അനുഭവങ്ങൾ വേണമെന്നാണ്. പുതിയ പുതിയ അനുഭവങ്ങൾ തേടി അജ്ഞാത സ്ഥലികളിലേക്ക് സാഹസസഞ്ചാരങ്ങൾ നടത്തുന്നവർ സാഹിത്യകാരന്മാർ.

പരിമിതമായ ചുറ്റുവട്ടങ്ങളിലേ ഞാൻ സഞ്ചരിച്ചിട്ടുള്ളൂ. പക്ഷേ എന്റെ ഉള്ളിൽ ഒരു സൂക്ഷ്മദർശിനിയും ദൂരദർശിനിയും ഉണ്ടായിരുന്നു, അല്ല, ഉണ്ട്. ചെറുപ്പകാലത്തെ രോഗപീഡകൾ കുന്നിക്കുരുവിന്റെ ചുവപ്പുനിറത്തിന് അതീന്ദ്രിയമായ ഒരു ഗന്ധമുണ്ടെന്നും കടപ്പിലാവിന്റെ ഇലകൾ

നിലാവുമായിച്ചേർന്ന് ഒരു ഭാഷയുടെ ഭാരവുമില്ലാതെ സംസാരിക്കുന്നുണ്ടെന്നും അനുഭവിപ്പിച്ചു. നിശാശലഭത്തിന്റെ ചിറകിലെ കണ്ണുകൾ എന്നെ ഭയപ്പെടുത്തി. അവ പറന്നുവരുന്നത് എവിടെനിന്നാണ്, എങ്ങോട്ടാണവ പോയ്മറയുന്നത്? എറുമ്പുചാലുകളുടെ താളാത്മകമായ ഒഴുക്ക്, പശുവിന്റെ ആഴക്കറുപ്പുള്ള കണ്ണുകളിലെ അഗാധമൗനങ്ങൾ, ഇലകളിൽ വന്ന് തുളുമ്പി വീഴുന്ന പ്രഭാതവെയിൽ, അണ്ണാറക്കണ്ണൻ, മഴ, മണ്ണീർപ്പത്തിന്റെ ഉർവ്വരവിസ്മയങ്ങളിൽ ഇളകിപ്പുളയ്ക്കുന്ന മണ്ണിരകൾ, അനന്തതയിലേക്ക് അദ്ഭുതാദരങ്ങളോടെ കൈകളുയർത്തുന്ന വൃക്ഷഗുരുനാഥന്മാർ, മഴനിറം ബാധിച്ച വെയിൽപ്പടവുകളിൽ ബോധക്ഷയകരമായ വർണവിഭ്രാന്തികൾ വിതറി നൃത്തം ചെയ്യുന്ന മയിൽ. അതല്ല, ഒരുപക്ഷേ അതിസാധാരണമായ പലതിലേക്കും ഞാൻ മുഖമടച്ചു വീണു. മുഖമാകെ രക്തവും അനുഭവങ്ങളും പുരണ്ട് ഞാൻ എഴുന്നേറ്റു നിന്നു. ദുഃഖങ്ങൾ, സങ്കടങ്ങൾ, ദുഷ്ടതകൾ എന്നെ കരയിപ്പിക്കുകയും ചിരിപ്പിക്കുകയും ചെയ്തു. നമ്മുടെയൊക്കെ തലകൾക്കു മീതെയിരുന്ന് ലോകത്തിന്റെ ജാതകം തീരുമാനമാക്കുന്ന വലിയ കുട്ടികളെ ഓർത്ത് വ്യാകുലനായി. അവരോട് ചിലപ്പോൾ ക്രോധവും മറ്റു ചിലപ്പോൾ വാത്സല്യവും കാരുണ്യവും തോന്നി. ജീവിതം എന്ന പ്രഹേളികയുടെ അർത്ഥംതേടി മനസ്സുകൊണ്ട് എങ്ങാണ്ടൊക്കെയോ അലഞ്ഞു. ഒടുവിൽ അറിഞ്ഞു, പ്രഹേളിക, അർത്ഥം, അലയൽ, എല്ലാം മനുഷ്യഭാഷയിലെ ചില വാക്കുകൾ മാത്രമാണ്. ദൈവംപോലും വെറുമൊരു വാക്കാണ്. അനാദിയും അപാരവുമായ പ്രപഞ്ചവും ഈ വാക്കുകളും തമ്മിൽ ഒരു ബന്ധവുമില്ല. ലോകം കണ്ട ഏറ്റവും മഹാനായ ശാസ്ത്രജ്ഞൻപോലും പ്രപഞ്ചത്തെ അയാളുടെ മനക്കണക്കുകളിലേക്ക് വിവർത്തനം ചെയ്യുക മാത്രമാണ്.

ഏറ്റവും വലിയ തത്ത്വചിന്തകൻ പോലും ലോകത്തെ, ജീവിതത്തെ, അയാളുടെ ആന്തര ധാരണകളിലേക്ക് നിർദ്ധാരണം ചെയ്യുകയാണ്. ആകയാൽ അറിവ്, ജ്ഞാനം എന്നൊക്കെ പറയുന്നത് ഒരുതരം മെരുക്കൽ, അഥവാ ചുരുക്കൽ ആണ്. അതുകൊണ്ടാണ് ഞാൻ മെരുക്കപ്പെട്ടിക എന്ന കവിത എഴുതിയത്. അതിനുശേഷം ഇനി ഒന്നും എഴുതേണ്ടെന്ന് തീരുമാനിച്ചു. പക്ഷേ ഒരു തീരുമാനങ്ങളും എടുത്ത് നടപ്പിലാക്കാൻ കഴിഞ്ഞിട്ടില്ലാത്ത ഞാൻ വീണ്ടും എഴുതി. ഓരോ കവിതയും എന്റെ അവസാനത്തെ കവിതയാകുമെന്ന്, ഓരോ യാത്രയും ഓരോ കണ്ടുമുട്ടലുകളും ഒടുക്കത്തെ ആകുമെന്ന് എനിക്കു തോന്നി.

പലരും അഭിമുഖങ്ങൾ നടത്തിപ്പോയിട്ടുണ്ട്. പല ആനുകാലികങ്ങളിലും വന്നിട്ടുണ്ട്. ഈ പുസ്തകം പക്ഷേ സനിതയുടെയും ശ്രീശോഭിന്റെയും അപ്രതിരോധ്യമായ സ്നേഹ നിർബന്ധങ്ങളിൽനിന്ന് ഉടലെടുത്തതാണ്. ജീവിതത്തിലും കവിതയിലും ഞാൻ നടന്ന വഴികളിലൂടെ അവരെന്നെ പിൻനടത്തിച്ചു. അങ്ങനെ ഇതൊരു മൊഴിപ്പുസ്തകമായി നിങ്ങളുടെ മുന്നിലെത്തുന്നു. ഒരു മനുഷ്യൻ തന്നെ പലതാണ്. ഒരുപക്ഷേ എഴുത്തിലെ ഞാൻ ആയിരിക്കാം കൂടുതൽ ഞാൻ. മറിച്ചുമാവാം. ഈ പുസ്തകം സാധ്യമാക്കിയ സനിതയുടെയും ശ്രീശോഭിന്റെയും സഹനശക്തിക്കും സ്നേഹ ത്തിനും മുന്നിൽ തലകുനിക്കുന്നു.

ഗ്രീൻബുക്സിനും ഇന്നോളം എന്നെ വായിച്ചും കേട്ടും ആശീർവദിച്ചവരും വിമർശിച്ചവരുമായ എല്ലാവർക്കും ഹൃദയം നിറഞ്ഞ നന്ദി.

റഫീക്ക് അഹമ്മദ്

ഉള്ളടക്കം

13 തുമ്പികൾ പാറുന്നിടം
15 ഞാവൽക്കാടുകൾക്കപ്പുറം
17 ആൾമറയിലെ കൂട്ടുകാരൻ
20 ആൽത്തറയിൽ ഒരു നിരക്ഷരൻ
22 പിറകെയെത്തിയ പൂതൻ
25 ദീനബന്ധുവിലെ പതിവുകാരൻ
29 ചുമരിൽ തുളയുണ്ടാക്കിയ വിരുതന്മാർ
31 അച്ചാറിനു പിന്നിലെ അപകടമരണം
34 ലാബിൽ കയറാത്ത പ്രീഡിഗ്രിക്കാരൻ
36 കത്തുന്ന കാലത്തിനൊപ്പം
40 ബോധനവേദിയിൽ
42 വിളിക്കാതെ വന്ന ശ്രീരാമൻ
44 കവിതയുടെ സ്വപ്നവാങ്മൂലം
46 പണയത്തിന്റെ ആകുലതകൾ
49 നിനച്ചിരിക്കാതെ പാട്ടെഴുത്തിൽ
52 മരണമെത്തുന്ന നേരത്ത്
55 പ്രണയമാം നീർത്തുള്ളിയൂറി
എൽസമ്മയും ഇടുക്കിയും

59 ബീഡിവലിയിലെത്തിയ മാമ്പൂമണം
63 ദക്ഷിണാമൂർത്തിയും ഇളയരാജയും
66 ആധികളുടെ ജീവിതം; വഴിത്തിരിവുകളുടെയും
69 ആവാസവ്യവസ്ഥ നഷ്ടപ്പെട്ട ആൺമയിൽ
71 ദൈവമെന്ന മനുഷ്യസൃഷ്ടിയെക്കുറിച്ച്
73 ഭാഷപ്പെടുത്തുക എന്ന ദൗത്യം
75 ഓഫ്സ്റ്റേജ് മനുഷ്യൻ

77 കാവ്യസംസ്കാരം കുടഞ്ഞെറിയാതെ
80 തല തിരിഞ്ഞതോ ശരിക്കുമുള്ള ലോകം?
82 സ്വത്വമേൽക്കാത്ത ജീവിതം
84 ഗായകനായി എം.എസ്. വിശ്വനാഥൻ ഈണംമൂളി റഹ്മാൻ
87 പ്രതീക്ഷകൾക്കപ്പുറത്തെത്തിയ സീനുകൾ
89 ഗർഷോമിലെ പരിചിതമുഖങ്ങൾ
92 പേന ചോദിച്ച രഞ്ജിത്ത്
94 ഒറ്റദിനത്തിൽ സുൽത്താന
96 അൻവർ റഷീദിന് വേണ്ടി അപ്പപ്പാട്ട്
98 മാരത്തോൺ പാട്ടെഴുത്ത് മൊയ്തീനുവേണ്ടി
102 വെണ്ടോരിലെ പെരുന്നാൾ രാത്രികൾ
105 അഴുക്കില്ലത്തിലെ ചിലർ
109 അരുളണ്ണനും ശിഷ്യനും
111 റേഡിയോ പൊട്ടിച്ച സഹപ്രവർത്തകൻ
114 ബസ്സിലെ പാട്ട് നിർത്തിച്ച ഗൗരവക്കാരൻ
116 അവാർഡ് വാങ്ങാൻ അനന്തപുരിയിൽ
119 പഴയ നോട്ടം തന്നെ ധാരാളം...

ഉള്ളടക്കം

തുമ്പികൾ പാറുന്നിടം

സംഗീതാസ്വാദനത്തിന്റെ ജനകീയമുഖം സിനിമാസംഗീതമാണെന്ന തിരിച്ചറിവിന്റെ ഭൂമികയിലാണ് റഫീക്ക് അഹമ്മദ് എന്ന കവി കാലൂന്നി നിൽക്കുന്നത്.

അക്കിക്കാവിൽ ദേശീയപാതയോരത്തെ പച്ചത്തുരുത്തിൽ, ചെമ്മണ്ണിൻ ഒറ്റയടിപ്പാതയ്ക്കപ്പുറം, വാഹനങ്ങളുടെ ഇടതടവില്ലാത്ത ഇരമ്പമേശാതെ ധ്യാനസമാനമായ അന്തരീക്ഷത്തിൽ ഒരു കവി.

വീട്ടുമുറ്റത്തും ചെറിയ മതിലിനപ്പുറത്തുമായി നിറഞ്ഞു തികട്ടിയൊരു കൊച്ചു ഹരിത വനം. തൊടിയിലും പറമ്പിലും ഇതെന്റെ ഭൂഭാഗമെന്ന ധാർഷ്ട്യത്തോടെ നീണ്ടുലാത്തുന്നു ഒരാൺമയിൽ. വരാന്തയോട് ചേർന്ന് വളർന്നു നിൽക്കുന്ന ബൂഗി ബൂഗിയുടെ കെട്ടുപിണഞ്ഞ ചില്ലകൾക്കിടയിൽ കൊക്കുരുമുന്ന കാക്കകൾ. പകൽചീവിടിൻ മുഴക്കം.

ഇത് കവിയുടെ ലോകം. അപാരമായ കാവ്യസംസാര ത്തിലെ പ്രജയും പ്രജാപതിയുമായി, കവിയൊരാൾ.

പേരറിയാത്ത കിളികളും ജീവജാലങ്ങളും ശല്യപ്പെ ടുത്താൻ ചാറ്റൽമഴയും ഇളങ്കാറ്റും മാത്രം. ഇവിടെ യൊരു കവി പാർത്തിരുന്നില്ലെങ്കിൽ അതൊരദ്ഭുത മായേനെ...!

മലയാളി പറയാൻ മറന്ന പരിഭവങ്ങൾ ഏറ്റു പറഞ്ഞും അവന്റെ മൗനത്തിന്നാഴങ്ങൾ അറിഞ്ഞും ഈറൻമുകിൽ തൊടുന്ന മേയ്മാസക്കാലമോർത്തും അയാൾ.

സംഗീതാസ്വാദനത്തിന്റെ ജനകീയമുഖം സിനിമാ സംഗീതമാണെന്ന തിരിച്ചറിവിന്റെ ഭൂമികയിലാണ് റഫീക്ക് അഹമ്മദ് എന്ന കവി, ഗാനരചയിതാവ് കാലൂന്നി നിൽക്കുന്നത്. തലമുറകൾക്ക് ഒരുപോലെ പ്രിയതരമായ കവിതകളും പാട്ടുകളും ഏത് കാവ്യസങ്കേതവും വഴങ്ങുന്ന സവിശേഷരചനാ വൈഭവം, ഇത് റഫീക്ക് അഹമ്മദ്. കവി, പാട്ടെഴുത്തുകാരൻ.

കുറഞ്ഞ കാലത്തിനിടെ ഏഴ് കവിതാ സമാഹാര ങ്ങൾ, രണ്ട് ബാലസാഹിത്യകൃതികൾ, ഒരു നോവൽ, അഞ്ഞൂറിലേറെ സിനിമാപ്പാട്ടുകൾ, സാഹിത്യ അക്കാദമി അവാർഡ്, ഗാനരചനയ്ക്ക് നാലുതവണ സംസ്ഥാന അവാർഡ്. ഇതിനിടയിൽ 'തോരാമഴ' പോലുള്ള ജനകീയ കവിതകൾ, 'മരണമെത്തുന്ന നേരത്ത്' പോലുള്ള സൂപ്പർഹിറ്റുകൾ. മലയാളി ഏറ്റു പാടുകയും നെഞ്ചേറ്റുകയും ചെയ്ത നിരവധി സിനിമാ ഗാനങ്ങൾ. എന്നിട്ടും അതിഭയങ്കരമായ ആഗ്രഹങ്ങളോ ലക്ഷ്യങ്ങളോ ഇല്ലെന്നു പറയുന്നു കവി.

"കവിത വായിക്കുക, കഴിയുമെങ്കിൽ എഴുതുക..." അങ്ങനെ നിസ്സാരമെന്നു തോന്നിയേക്കാവുന്ന ആഗ്രഹ ങ്ങൾ മാത്രം അലട്ടുന്ന ഒരസാധാരണ കവി. ∎

ഞാവൽ കാടുകൾക്കപ്പുറം

'ഗർഷോ' മിലൂടെ ഗാന രചയിതാ വായത് തികച്ചും വിസ്മയമായി രുന്നു വെന്നാണ് റഫീക്ക് അഹ മ്മദ് ഇപ്പോഴും കരുതുന്നത്.

ഞാവൽക്കാടുകൾക്കപ്പുറം, പാടവും പറമ്പും കടന്ന് കൂട്ടംകൂടി അവർ സ്കൂളിൽ പോയിരുന്നു. പഠിക്കുന്ന പുസ്തകം അകത്തേക്കെറിഞ്ഞ് പറമ്പിലേക്കോടാൻ അവർക്ക് അവധിക്കാലമുണ്ടായിരുന്നു. ഉത്സവക്കാലമാവാൻ അവർ കാത്തിരുന്നു. ജീവിതവും പ്രകൃതിയും എന്തെന്നു പഠിപ്പിച്ച സ്കൂൾ കാലം. ജീവശാസ്ത്രം പ്രകൃതിയിൽ നിന്ന് നേരിട്ടു പഠിച്ചിരുന്ന കാലത്തായിരുന്നു കൊച്ചു റഫീക്കിന്റെ സ്കൂൾ ദിനങ്ങൾ. അന്നത്തെ മഴയും വെയിലും ചങ്ങാത്തവും വഴികളും കാഴ്ചകളും പഠിച്ച കാര്യങ്ങളേക്കാൾ ഉള്ളിലവശേഷിക്കുന്നുവെന്ന് കവിയുടെ സാക്ഷ്യം.

അത്ര സന്തോഷകരമായിരുന്നില്ല കൊച്ചു റഫീക്കിന്റെ സ്കൂൾ കാലം. പഠിക്കാനത്ര മിടുക്കനല്ലെങ്കിലും കവിതയെഴുതുന്ന കുട്ടി. അധ്യാപകരെ അവന് പേടിയായിരുന്നു. പല കുട്ടികളും അവനെ ഉപദ്രവിക്കുമായിരുന്നു. എന്നാൽ ആവേശകരമായിരുന്നു അവന് സ്കൂൾ യാത്രകൾ. ഉന്മാദം പോലെ അവനത് അനുഭവിച്ചിരുന്നു. സ്കൂൾ കാലത്താണ് മനുഷ്യൻ ശരിക്കും ജീവിതം ജീവിക്കുന്നതത്രെ.

പുസ്തകങ്ങൾക്കും കവിതയ്ക്കും മുൻപേ റഫീക്ക് അഹമ്മദിന്റെയുള്ളിൽ റേഡിയോ ഗാനങ്ങളുണ്ടായിരുന്നു. എഴുപതുകളുടെ ധൈഷണിക നാട്യങ്ങൾക്ക് നിരക്കാത്ത വിധം കവി മനസ്സിൽ സിനിമാപാട്ടിനോടും റേഡിയോഗാനങ്ങളോടും വലിയ പ്രതിപത്തി പുലർത്തിയിരുന്നു. അഭിനിവേശമെന്നു വിളിക്കാനാവുന്ന വിധം അത് ജീവിതത്തിൽ നിലനിർത്തുകയും ചെയ്തിരുന്നു.

വർഷങ്ങൾക്കിപ്പുറം 'ഗർഷോ'മിലൂടെ ഗാനരചയിതാവായത് തികച്ചും വിസ്മയമായിരുന്നുവെന്നാണ് റഫീക്ക് അഹമ്മദ് ഇപ്പോഴും കരുതുന്നത്. വായിച്ചും എഴുതിയും സർഗ്ഗജീവിതം ബന്ധപ്പെട്ടു നയിച്ച കവിക്ക് കവിയായതും അറിയപ്പെട്ടതും കവിതാസമാഹാരം പുറത്തിറങ്ങിയതുമെല്ലാം ഇതേ വിസ്മയക്കണ്ണുകളോടെ മാത്രമേ കാണാനാകുന്നുള്ളൂ. ആസൂത്രണം ചെയ്ത് യാതൊന്നും നടപ്പാക്കി ശീലമില്ലാത്ത കവി സ്വന്തം സിനിമാ പ്രവേശനത്തെ വിദൂരസ്വപ്നങ്ങളിൽ പോലുമല്ലാത്ത വിധം ആകസ്മികമെന്നാണ് വിശേഷിപ്പിക്കുന്നത്.

ആൾമറയിലെ കൂട്ടുകാരൻ

ക്ലാസ്സിൽ പൊതുവേ ശല്യക്കാരനും മടിയനുമായി രുന്ന കുട്ടിക്ക് സ്കൂൾ യാത്രകളാണ് പിൽക്കാല എഴുത്തിന്റെ അസംസ്കൃത വസ്തുവായത്

ഒളിച്ചുകളിച്ച് ഒളിച്ചുകളിച്ച് സമയമേറെയാവുക, എണ്ണുന്നവൻ കണ്ടുപിടിച്ചെങ്കിലെന്നു പേടിച്ച് ഒളി യിടത്തിൽ പാത്തിരിക്കുന്ന കുട്ടി, കൂട്ടുകാർ കളി നിർത്തി പോയതറിയാതെ അവൻ ഒളിഞ്ഞിരി ക്കുന്നു. അവനെയാരും അന്വേഷിച്ചില്ല, അവൻ പുറത്തുവന്നുമില്ല. പലപല രാത്രികളിൽ ഒളിച്ചു കളിക്കിടെ കാണാതാകുന്ന കൂട്ടുകാരൻ കൊച്ചു റഫീക്കിന്റെ ഉറക്കം കെടുത്തിയിരുന്നു.

മൂന്നുകിലോമീറ്റർ നടന്ന്, ഞാവൽക്കാടുകളും പറമ്പുകളും കടന്നായിരുന്നു ആൽത്തറ സ്കൂളി ലേക്കുള്ള യാത്രകൾ. സ്കൂൾദിനങ്ങളേക്കാൾ ആ

കുട്ടികൾക്ക് പോക്കും വരവും ആഹ്ലാദകരമായിരുന്നു. നാട്ടുകാരും അടുത്തടുത്ത വീടുകളിലെ താമസക്കാരുമായ കൂട്ടുകാർ ഒന്നിച്ച് കൂട്ടുകൂടി സ്കൂളിലേക്ക് നടന്നുപോയിരുന്ന കാലം.

രണ്ടാംക്ലാസ്സിൽ അധികം സംസാരിക്കാത്ത, പഠിക്കാൻ മിടുക്കനല്ലാത്ത, മൂക്കൊലിപ്പിച്ചെത്തുന്ന ഒരു 'മൊട്ട'ത്തലയൻ കുട്ടി. അവൻ ആരുമായും കൂട്ടുകൂടിയില്ല, ആരുമവനെ കൂട്ടിയുമില്ല. ഒരു ഓണം അവധിക്കു ശേഷം അവനെ കണ്ടില്ല. അവൻ പിന്നെ ക്ലാസ്സിൽ വന്നില്ല. അവനെക്കുറിച്ചാരും ഉത്കണ്ഠപ്പെട്ടില്ല, ആരുമവനെ അന്വേഷിച്ചില്ല.

പിന്നീടാണറിയുന്നത് അവൻ പനിപിടിച്ച് മരിച്ചു പോയെന്ന്. എന്നാൽ എപ്പോഴോ ഒരു ഒളിച്ചുകളിക്കിടെ അവൻ ഒളിയിടത്തിൽ പതുങ്ങിയിരിപ്പാണെന്നു തന്നെയായിരുന്നു കൊച്ചുറഫീക്കിന്റെ വിശ്വാസം.

ക്ലാസ്സിൽ പൊതുവേ ശല്യക്കാരനും മടിയനുമായിരുന്ന കുട്ടിക്ക് സ്കൂൾയാത്രകൾ പിൽക്കാല എഴുത്തിന്റെ അസംസ്കൃത വസ്തുവായ കഥയാണ് എന്നും പറയാനുണ്ടായിരുന്നത്. കൂട്ടുകാരൊത്തുള്ള സ്കൂൾ യാത്രകൾ ഇല്ലായിരുന്നെങ്കിൽ ഇന്നത്തെ റഫീക്ക് അഹമ്മദ് മറ്റൊന്നാകുമായിരുന്നു.

അത്ര സങ്കീർണമായ ജീവിതാനുഭവങ്ങളോ സംഭവബഹുലമായ അനുഭവപരമ്പരയോ തനിക്കില്ലെന്നു പറയുന്ന കവി, തീക്ഷ്ണമായ ജീവിതാനുഭവങ്ങൾ കവിയെ വാർത്തെടുക്കുന്നുവെന്ന് ധരിച്ചു വെച്ച സമൂഹത്തിന്റെ മുൻധാരണകളെ നിസ്സാരമായി കവച്ചുവെക്കുന്നു. അനുഭവസാക്ഷ്യങ്ങളെ എങ്ങനെ വാക്കുകളിലൂടെ അനുഭവവേദ്യമാക്കാമെന്നു തെളിയിച്ചു തരുന്നുണ്ട് ആ കവിതകൾ.

ഒളിച്ചുകളിക്കുന്നതിനിടെ അപ്രത്യക്ഷനാകുന്ന കൂട്ടുകാരനെക്കുറിച്ച് 'ആൾമറ' എന്ന കവിതയിൽ പറയുന്നു. കണ്ടുപിടിച്ചെങ്കിലെന്ന ആശങ്കയിൽ അവനിപ്പോഴും കാണാമറയത്ത് തുടരുന്നുവെന്ന് സങ്കല്പിക്കാനാണ് കവിക്കിഷ്ടം.

ആൾമറ

പണ്ട്, നമ്മളൊളിച്ചുകളിച്ചൊരു കാലം
ചില നേരങ്ങളിൽ
എന്നെ കണ്ടുപിടിക്കാറുണ്ട്.

എത്രയപര്യാപ്തങ്ങൾ, അന്നു
മറഞ്ഞീടാനായുള്ളൊരിടങ്ങൾ
കോണിച്ചുവടോ, വാഴത്തണലോ
ഞാവൽച്ചുമലോ പനയിരുൾമറവോ.

കളിയുടെ ലഹരിയിൽ നമ്മളൊരാളെ
കണ്ടുപിടിക്കാനന്നു മറന്നു
മടങ്ങിപ്പോയി.
കളിനേരങ്ങളതോടെത്തീർന്നു.
പിന്നെയൊളിച്ചു നടന്നൂ നമ്മൾ
പലപല കെടുകാര്യങ്ങളിൽ.

ആഴക്കടലിൽ, മേഘച്ചിറകിൽ
എവിടെയൊളിച്ചെന്നാലും കണ്ടു-
പിടിക്കും ചാരക്കണ്ണിനു താഴെ
ലോകം തീരെച്ചെറുതായിത്തീർന്നു.

വഴികൾ ചെന്നു കുലുക്കിയുണർത്തി
വെട്ടം വീഴ്ത്തി നടുക്കി
ഓരോ മറവും വെളിവായ്
വിറകൊള്ളുകയായ്
ഇപ്പോൾ.

തമ്മിൽ കാണുന്നില്ലാ നമ്മൾ
അത്രയടുത്തു ചരിക്കുമ്പോഴും.
എത്രയതാര്യം നമ്മുടെ വാസ-
സ്ഫടികക്കുടുസ്സുകൾ, ഭാഷ, വിചാരം.

എങ്കിലുമിടറിയ ചില രാവുകളിൽ
ഉള്ളിൽ പനയും പടർവള്ളികളും
നെയ്തൊരിരുട്ടിൽ, ആൾമറയില്ലാ-
ക്കിണറിൽനിന്നും,
ഉയർന്നുവരാറുണ്ടായാൾ, നമ്മൾ
കണ്ടുപിടിക്കാൻ പണ്ടു മറന്നവൻ

നിത്യകിശോരകനായി. ■

ആൽത്തറയിൽ ഒരു നിരക്ഷരൻ

ഭാഷയെ സുന്ദരവും ജീവസ്സുറ്റതു മാക്കി മാറ്റുക യാണ് കവി ധർമ്മം. അതാണ് ഭാഷ കവിയോട് ആവശ്യപ്പെടു ന്നതും

സ്കൂൾയാത്രയ്ക്കിടയിൽ തന്നെയായിരുന്നു അതു ണ്ടായത്. നാലാം ക്ലാസ്സിലായിരുന്നു അന്ന്. പതിവായി കാണുന്ന ഒരു വൃദ്ധനുണ്ടായിരുന്നു. ആൽത്തറയിലാണ് കിടപ്പ്. ഒരുദിവസം അയാൾ കൊച്ചു റഫീക്കിന്റെ അടുത്തുവന്നു. നിരക്ഷരനായിരുന്ന അയാൾ ഒരു കടലാസ് നീട്ടി. അയാളുടെ മകളയച്ച കത്ത്. അയാൾ പറഞ്ഞത് “ഈ കടലാസ് എന്നോട് മിണ്ടില്ല, നിന്നോട് മിണ്ടും...” എന്നായിരുന്നു.

നാട്ടിലേക്ക് തിരിച്ചുചെല്ലാൻ ആവശ്യപ്പെട്ടു കൊണ്ടുള്ള കത്ത് വായിച്ചു കൊടുത്തപ്പോൾ വലിയ സന്തോഷവും അഭിമാനവുമായിരുന്നു,

എന്നാൽ ആ വൃദ്ധന്റെ അറിവോ വിദ്യാഭ്യാസമോ അല്ല അയാൾ പറഞ്ഞ വാക്കുകളിലായിരുന്നു കൊച്ചു റഫീക്കിന്റെ ശ്രദ്ധയത്രയും.

അയാളുടെ വാക്കുകളിൽ കവിതയും കാവ്യാംശവുമുണ്ടായിരുന്നു. അയാൾക്ക് സാധാരണക്കാർ പറയുന്നപോലെ ആ കത്ത് വായിച്ചു തരുവാൻ പറയാമായിരുന്നു. എന്നാൽ അതുണ്ടായില്ല. പറച്ചിലിന്റെ ആ രീതിയിലാണ് കവി ആകർഷിക്കപ്പെട്ടത്.

ആശയസന്ദിഗ്ധമല്ലാത്തതും പൊള്ളമുഴക്കമുണ്ടാക്കാത്തതുമാകണം കാവ്യഭാഷ എന്ന ചിന്തയിലേക്ക് കവിയെ നയിച്ചത് വളച്ചുകെട്ടിപ്പറഞ്ഞതിലെ ആകർഷണീയത തന്നെയാകാം.

ഭാഷയുടെ ജൈവസൗന്ദര്യത്തെ ആവിഷ്കരിക്കുകയും വാക്കുകളിൽ സുതാര്യമാവാൻ വെമ്പുന്ന അർത്ഥത്തെ പുറത്തുകൊണ്ടുവരികയുമാണ് കവി ധർമ്മമെന്നാണ് റഫീക്ക് അഹമ്മദിന്റെ കാഴ്ചപ്പാട്.

ഭാഷയുടെ ആവിഷ്കാര ഭംഗിയിലാണ് കവിയുടെ ശ്രദ്ധയത്രയും. ഭാഷയുടെ സൗന്ദര്യം കവിയെ നിരന്തരം ഭ്രമിപ്പിച്ചുകൊണ്ടിരിക്കുന്നു. വളച്ചുകെട്ടിപറയുന്നതിലെ ഭംഗിയിലാണ് കവി ആനന്ദം കണ്ടെത്തിയത്. 'വക്രോക്തി കാവ്യം' എന്നാണല്ലോ കുന്തകാചാര്യന്റെ കാവ്യനിർവ്വചനം.

ഭാഷയെ സുന്ദരവും ജീവസ്സുറ്റതുമാക്കി മാറ്റുകയാണ് കവിധർമ്മം. അതാണ് ഭാഷ കവിയോട് ആവശ്യപ്പെടുന്നതും.

പിറകെയെത്തിയ പൂതൻ

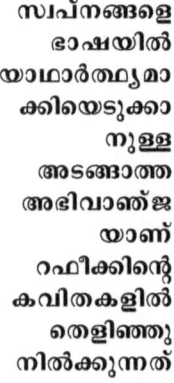

സ്വപ്നങ്ങളെ ഭാഷയിൽ യാഥാർത്ഥ്യമാക്കിയെടുക്കാനുള്ള അടങ്ങാത്ത അഭിവാഞ്ജയാണ് റഫീക്കിന്റെ കവിതകളിൽ തെളിഞ്ഞു നിൽക്കുന്നത്

രണ്ടാംക്ലാസ്സിൽ പഠിക്കവേ ഒരുത്സവക്കാലം. അക്കിക്കാവിലെ നാട്ടിടവഴികളിൽ അരളിപ്പൂമണം ചൂഴ്ന്ന് നിൽക്കുന്ന കാലം. മറ്റേതോ ലോകം കടന്നെത്തുന്ന പൂതനും കരിങ്കാളിയും വെളിച്ചപ്പാടുമെല്ലാം രാപകലില്ലാതെയവിടെ സ്വൈരവിഹാരം ചെയ്യുന്ന കാലം. പതിവ് സ്കൂൾ യാത്രയിൽ എങ്ങനെയോ കൊച്ചുറഫീക്ക് അന്നൊറ്റയ്ക്കായിപ്പോയി. അവിചാരിതമായി ഇടവഴി കയറി ഒരു പൂതൻ കുട്ടിക്കു മുന്നിൽ കയറിവന്നു. കൊച്ചുറഫീക്ക് ഭയന്നോടി. പൂതൻ പിറകേ. കുട്ടി വല്ലാതെ പരിഭ്രമിച്ചു.

കുട്ടി പതിവായി കാണുന്ന ഒരു നാട്ടുകാരനായിരുന്നു പൂതൻവേഷം കെട്ടിയിരുന്നത്. ദേവനെന്നോ

മറ്റോ ആയിരുന്നു അയാളുടെ പേര്. 'കുട്ടീ നിൽക്കൂ... പേടിക്കണ്ട...' എന്നും പറഞ്ഞായിരുന്നു പൂതന്റെ ഓട്ടം.

ഈ സംഭവം റഫീക്കിന്റെ കൊച്ചുഭാവനയിൽ സ്വരുക്കൂട്ടിയിരുന്ന ഭാവനാ ലോകം തകർക്കുകയായിരുന്നു. അക്കാലമത്രയും പൂതൻ പൂരക്കാലത്ത് പാതാളത്തിൽ നിന്നോ മറ്റോ കയറിവരുമെന്നും പൂരക്കാലം കഴിയുമ്പോൾ തിരിച്ചു പോകുമെന്നുമായിരുന്നു കുട്ടിയുടെ വിചാരം. ആ സങ്കല്പവും ഭാവനയും പൂതന്റെ യാഥാർത്ഥ്യമറിഞ്ഞതോടെ അസ്തമിക്കുകയായിരുന്നു.

ഗ്രാമീണ ജീവിതവും അത്ര യാഥാസ്ഥിതികമല്ലാത്ത ഗൃഹാന്തരീക്ഷവും കൊച്ചുറഫീക്കിന്റെ ചിന്തയ്ക്കും ഭാവനയ്ക്കും അന്നേ വിശാലമായ തലം നൽകിയിരുന്നു. ഗ്രാമോത്സവങ്ങളുടെ പ്രത്യക്ഷചിഹ്നങ്ങളായ പൂതൻ, തിറ, വെളിച്ചപ്പാട്, കാവ്, പൂരം അങ്ങനെയെല്ലാറ്റിനും സ്വന്തം ഭാവനാരൂപങ്ങളും കഥയും സങ്കല്പങ്ങളും ചമയ്ക്കുന്ന ശീലവും ഇതേ ഗ്രാമന്തരീക്ഷത്തിൽ നിന്നുണ്ടായതായിരുന്നു.

മനുഷ്യഭാവനയുടെ സകലസാധ്യതകളും ഇല്ലായ്മ ചെയ്യുന്നു എന്നതാണ് വർത്തമാനകാലത്തിന്റെ ഏറ്റവും വലിയ ദുരന്തം. ഒമ്പതാം ക്ലാസ്സിൽ പഠിക്കുന്ന സമയത്താണ് ടെലിവിഷനെക്കുറിച്ച് കേൾക്കുന്നത്. അന്നത് വലിയ അദ്ഭുതമായിരുന്നു. ഇന്നത്തെ കുട്ടികളെ സാങ്കേതികതയുടെ സാധ്യതകൾ പറഞ്ഞ് അമ്പരിപ്പിക്കാനാവില്ല. നമ്മുടെ കുട്ടികൾക്ക് വിസ്മയങ്ങൾ നഷ്ടപ്പെട്ടിരിക്കുന്നു.

ഗൃഹാതുരത്വവും ഭൂതകാലവുമാണ് നമ്മളെയിന്ന് അദ്ഭുതപ്പെടുത്തുന്നത്. ഇതിഹാസങ്ങളും മിത്തുകളും വർത്തമാന ലോകത്തു നിന്നുണ്ടാകാത്തത് ഇതേ ഭാവനയുടെ നാശംകൊണ്ടാണ്. ഭാവനയും യാഥാർത്ഥ്യവും തമ്മിലുള്ള അതിർവരമ്പ് മായുന്നതാണ് നമുക്ക് പലതിന്റെയും

സാധ്യതകളെക്കുറിച്ച് സങ്കല്പിക്കാൻ കഴിയാതായതിന് കാരണം. ഇത് കവിയുടെ ഉത്കണ്ഠകളിൽ ഒന്നാണ്.

'പിൽക്കാലത്തെ വിദ്യാലയങ്ങൾ' എന്ന കവിതയിൽ ശൈശവം വീണ്ടെടുക്കാനുള്ള കവിയുടെ കൊതി നിറഞ്ഞു നിൽക്കുന്നുണ്ട്. പല വാക്കുകളുടേയും അർത്ഥങ്ങളുടേയും സങ്കല്പങ്ങളുടേയും പുതിയ വ്യഖ്യാനമാണ് ഭാഷയും കവിതയും ആവശ്യപ്പെടുന്നത്.

സ്വപ്നങ്ങളെ ഭാഷയിൽ യാഥാർത്ഥ്യമാക്കിയെടുക്കാനുള്ള അടങ്ങാത്ത അഭിവാഞ്ജയാണ് റഫീക്ക് അഹമ്മദിന്റെ കവിതകളിൽ ഉടനീളം തെളിഞ്ഞു കാണുന്നത്. ∎

ദീനബന്ധുവിലെ പതിവുകാരൻ

കവിയുടെ അയോഗ്യതയെന്ന് സമൂഹം ധരിച്ചുവെച്ച പല അതിസാധാരണതകളും ചൂണ്ടി റഫീക്ക് അഹമ്മദ് പറയും, “ഇതാണ് കവിത.

സ്ഥിരം അസുഖക്കാരനായ കുട്ടി, ശ്വാസം മുട്ടായിരുന്നു പ്രധാന പ്രശ്നക്കാരൻ. ആസ്തമയോളം എത്തുന്ന വലിവ്. അങ്ങനെ കാലാവസ്ഥയുടെ മാറ്റങ്ങളും പ്രകൃതിയുടെ ചലനങ്ങളും സ്വന്തം നെഞ്ചിലേറ്റു വാങ്ങിയ കുട്ടിക്കാലം. കരിക്കാട് ദീനബന്ധു ആശുപത്രിയിലെ പതിവു സന്ദർശകനായിരുന്നു കൊച്ചു റഫീക്ക്.

ആശുപത്രിയുമായി ഗാഢബന്ധമായിരുന്നു. അസുഖത്തിന്റെ വിഷമതകൾക്കിടയിലും ആശുപത്രി ദിനങ്ങൾ വ്യത്യസ്ത അനുഭവങ്ങളാണ് നൽകിയത്. പലതരം രോഗികൾ, വിഷമങ്ങൾ

അനുഭവിക്കുന്നവർ, മരണങ്ങൾ... മുതിർന്ന് സർക്കാർ ജോലിയിലെത്തിയപ്പോഴും ഈ ആശുപത്രി രോഗിബന്ധം തുടർന്നു.

കവിയായിരിക്കുമ്പോഴും ഗാനരചിതാവായപ്പോഴും പുലർത്തുന്ന മനോഭാവം. സുഖവും സൗഭാഗ്യങ്ങളും ക്ഷണികമാണെന്ന ബോധ്യം. അത് ചെറുബാല്യം മുതൽ അടുത്തറിഞ്ഞ ആശുപത്രിയനുഭവങ്ങളിൽ നിന്നുരുത്തിരിഞ്ഞതാകാം.

മധ്യവർത്തി മനുഷ്യനെപ്പോലെ സമൂഹത്തിന്റെ മേൽത്തട്ടിൽ വ്യവഹരിക്കാൻ തക്കവിധം സ്വയം പാകപ്പെടുത്തുമ്പോഴും അടിത്തട്ടിൽ ചവുട്ടിത്താഴ്ത്തപ്പെടുത്തവരോട് കരുണയുടെ, കനിവിന്റെ, സഹാനുഭൂതിയുടെ ആർദ്രത നോട്ടത്തിൽ കരുതിവെക്കാൻ കവിക്കു കഴിയുന്നു.

റഫീക്ക് അഹമ്മദിന്റെ കവിത കനിവിന്റെയും സഹജീവി സ്നേഹത്തിന്റെയും വിളനിലങ്ങളാകുന്നത് സാമൂഹികയാഥാർത്ഥ്യങ്ങൾക്ക് സാക്ഷ്യം വഹിക്കുന്നതിലൂടെയും അതിൽ ചെയ്യാനുള്ളത് കവിതയിലൂടെ നിർവ്വഹിക്കുന്നതിലൂടെയുമാണ്.

കവിയുടെ അയോഗ്യതയെന്ന് സമൂഹം ധരിച്ചുവെച്ച പല അതിസാധാരണതകളും ചൂണ്ടി റഫീക്ക് അഹമ്മദ് പറയും, "ഇതാണ് കവിത, കവി, ഞാൻ ഇങ്ങനെയാണ്... എനിക്ക് ഇങ്ങനെയാകാനേ കഴിയൂ..!"

കവിയുടെ ഇത്തരത്തിലുള്ള മനോവ്യാപാരങ്ങളുടെ അനന്തരഫലമാണ് "തോരാമഴ, ശിവകാമി പോലുള്ള കവിതകൾ. മനുഷ്യമനസ്സിൽ വറ്റിക്കൊണ്ടിരിക്കുന്ന ആർദ്രതയെക്കുറിച്ചുള്ള വലിയ പ്രതീക്ഷകളില്ലാതെ എഴുതിയ കവിതയായിരുന്നു ഇവ. പ്രസിദ്ധീകരണത്തിനു പോലും സംശയിച്ചാണ് അയച്ചത്. പക്ഷേ കവിയുടെ തോന്നലുകളെ ബഹുദൂരം പിന്നിലാക്കിയാണ് തോരാമഴ മുന്നേറിയത്. ഉമ്മുക്കുൽസുവിന്റെ മരണം നടന്ന രാത്രിയെപ്പറ്റി സിനിമയും നാടകവുമുണ്ടായി, ഒരുപക്ഷേ കവിക്കു മുകളിൽ വളർന്നാണ് തോരാമഴ സഞ്ചരിച്ചത്.

“ആസ്വാദകരുടെ മനോഗതി ആർക്കറിയാം...?” എന്ന ന്യായീകരണവുമായി കവി സമാധാനിക്കുന്നു.

ബാലമരണം എന്ന സർവകാലികമായ പ്രമേയമാണ് തോരാമഴയ്ക്ക് ലഭിച്ച സ്വീകാര്യതയ്ക്ക് ഒരു കാരണമെന്ന് കവി കരുതുന്നു. ഒരേ വിഷയം കൈകാര്യം ചെയ്തു എന്ന ഒറ്റ സാമ്യം മാത്രം നോക്കി പലരും തോരാമഴയെ വൈലോപ്പിള്ളിയുടെ മാമ്പഴവുമായി ചേർത്തുവായിച്ചു.

മനുഷ്യനെ ഗാഢമായി ഉലയ്ക്കുന്ന മരണാനുഭവമാണ് കുട്ടികളുടെ മരണം. കവിക്ക് നേരിട്ടറിയുന്ന കുട്ടിയുടെ മരണം. ദാരിദ്രം അതിലളിതമായി അവതരിപ്പിക്കുന്ന കവിത. മഴയത്ത് കുടയുമായി മകളുടെ കുഴിമാടത്തിലേക്കോടുന്ന അമ്മയെക്കുറിച്ച് കവിയറിയുന്നത് സ്വന്തം സഹോദരി പറഞ്ഞാണ്. ദാരിദ്ര്യം മൂലം മികച്ച ചികിത്സ ലഭിക്കാതെയാണ് ഉമ്മുക്കുൽസു മരിക്കുന്നത്.

കുട്ടികൾക്കും അവരുടെ പ്രശ്നങ്ങൾക്കും അവരുടെ ആന്തരിക സങ്കല്പങ്ങൾക്കും കാലാനുസൃതമായ മാറ്റമുണ്ട്, പക്ഷേ പ്രശ്നങ്ങളും സംഘർഷങ്ങളും മാറ്റമില്ലാതെ തുടരുന്നു. അതുകൊണ്ടുതന്നെ മാമ്പഴവും തോരാമഴയും സ്വീകരിക്കപ്പെട്ടു. ഇനിയും സമാനമായ വിഷയങ്ങളും കവിതകളും പിറന്നേക്കാം, ആസ്വാദകർ അവയും സ്വീകരിച്ചേക്കും.

തോരാമഴ

ഉമ്മുക്കുലുസു മരിച്ചന്നു രാത്രിയിൽ
ഉമ്മ തനിച്ചു പുറത്തു നിന്നു.
ഉറ്റവരൊക്കെയും പോയിരുന്നു
മുറ്റമോ ശൂന്യമായ് തീർന്നിരുന്നു.
വാടകയ്ക്കായെടുത്തുള്ള കസേരകൾ,
ഗ്യാസ് ലൈറ്റ്, പായകൾ കൊണ്ടുപോയി
വേലിക്കൽ പണ്ടവൾ നട്ടൊരു ചമ്പക-
ച്ചോടോളമപ്പോളിരുട്ടു വന്നു,

ചിമ്മിനിക്കൊച്ചുവിളക്കിന്റെ നേരിയ
കണ്ണീർവെളിച്ചം തുടച്ചുനിന്നു.
ഉമ്മറക്കല്പടിച്ചോട്ടിലവളഴി-
ച്ചിട്ട ചെരിപ്പൊന്നുരുമ്മി നോക്കി

പുള്ളിക്കുറിഞ്ഞി നിസ്സംഗയായ് പിന്നിലെ
കല്ലുവെട്ടാംകുഴിക്കുള്ളിലേറി.
തെക്കേപ്പുറത്തയക്കോലിലവളുടെ
ഇത്തിരിപ്പിഞ്ഞിയ കുഞ്ഞുടുപ്പിൽ
ചുറ്റിക്കറങ്ങി നടക്കുന്ന കാറ്റൊന്നു
തട്ടിനോക്കി, മരക്കൊമ്പിലേറി.

ഉമ്മുക്കുലുസു മരിച്ചന്നു രാത്രിയിൽ
ഉമ്മ പുറത്തു തനിച്ചു നില്ക്കെ
പെട്ടെന്നു വന്നൂ പെരുമഴ, ഉമ്മയോ
ചിക്കെന്നകത്തു തിരഞ്ഞു ചെന്നു
വില്ലൊടിഞ്ഞെന്നു ചിണുങ്ങിടാറുള്ളൊരാ
പുള്ളിക്കുട ചെന്നെടുത്തു പാഞ്ഞു.
പള്ളിപ്പറമ്പിൽ പുതുതായ് കുമിച്ചിട്ട
മണ്ണട്ടിമേലെ നിവർത്തിവെച്ചു.
ഉമ്മുക്കുലുസു മരിച്ചന്നു രാത്രിതൊ-
ട്ടിന്നോളമാ മഴ തോർന്നുമില്ല. ■

ചുമരിൽ തുളയുണ്ടാക്കിയ വിരുതന്മാർ

ക്ലാസ്സിലെ കൂട്ട ച്ചിരിക്കു നടുവിൽ അന്നോളം കാത്തുവെച്ച പ്രതിച്ഛായ യാകെ തകർന്ന് റഫീക്കും കൂട്ടുകാരും

അക്കിക്കാവ് സ്കൂളിൽ ആൺകുട്ടികൾക്കും പെൺകുട്ടി കൾക്കും വേറെ വേറെ ക്ലാസ്സ് മുറികളായിരുന്നു. പേരും പെരുമയുമുള്ള സ്കൂൾ, അതിന്റെ മോശം കാലത്തിലൂടെ കടന്നുപോകുമ്പോഴാണ് കൊച്ചു റഫീക്ക് അവിടെ അഞ്ചാം ക്ലാസ്സിലെത്തുന്നത്.

കുടുംബവുമായി വലിയ അടുപ്പമുള്ള അധ്യാ പകർ, കർക്കശക്കാരനായ പ്രധാനാധ്യാപകൻ നമ്പൂ തിരിമാഷ്, അദ്ദേഹത്തിനും റഫീക്കിന്റെ വീടുമായി നല്ല ബന്ധം. മിടുക്കരായി നേരത്തെ പഠിച്ചിറങ്ങിയ മുതിർന്ന സഹോദരന്മാർ, അങ്ങനെ റഫീക്ക് അഹ മ്മദിനെ അക്കിക്കാവ് സ്കൂളിലെത്തിച്ച ഘടകങ്ങൾ ഒരുപാടുണ്ടായിരുന്നു. ക്ലാസ്സ് മുറിയിലും റഫീക്കിന് നല്ല പരിഗണനയാണ് ലഭിച്ചത്.

എഴുത്തിനും ചിത്രം വരയ്ക്കുന്നതിനും പതിവായി സമ്മാനങ്ങൾ നേടുന്ന അച്ചടക്കക്കാരനായ കുട്ടി. ഒരു ദിവസം നോക്കുമ്പോഴുണ്ട് മൂന്നു സഹപാഠികൾ ചേർന്ന് ക്ലാസ്സ് മുറിയുടെ ചുമരിൽ ഒരു ദ്വാരമുണ്ടാക്കുന്നു. പെൺകുട്ടികളുടെ ക്ലാസ്സിലേക്ക് ഒരു കാഴ്ചയൊരുക്കു കയായിരുന്നിരിക്കണം ഉദ്ദേശ്യം. സംഗതിയിൽ രസം തോന്നിയ കൊച്ചുറഫീക്കും അവരോടൊപ്പം കൂടി. പക്ഷേ, കളികാര്യമായി. ചുമരിലുണ്ടാക്കിയ തുള പ്രതീക്ഷിച്ചതിലും വലുതായി. ആണിപ്പഴുതിലൂടെ സൂക്ഷ്മദർശനം ലക്ഷ്യമാക്കിയൊരുക്കിയ ദ്വാരത്തിന്റെ വക്കിടിഞ്ഞ് വലിയ ഗുഹാമുഖം അനാവൃതമായി.

ക്ലാസ്സിലെ കൂട്ടച്ചിരിക്കു നടുവിൽ അന്നോളം കാത്തുവെച്ച പ്രതിച്ഛായയാകെ തകർന്ന് റഫീക്കും കൂട്ടുകാരും. കൊടിയ സദാചാരലംഘനത്തിന്റെ പാപഭാരവും പേറി ഹിപ്പോക്രസിയുടെ കൂരമ്പുകളേറ്റ് അവരങ്ങനെ നീറി നിന്നു. താമസിയാതെ പ്രതികൾ പിടിക്കപ്പെട്ടു. നേരെ ഹെഡ്മാസ്റ്റർക്ക് മുന്നിലേക്ക്.

നമ്പൂതിരിമാഷ് കുറ്റക്കാരുടെ മുഖത്ത് നോക്കുന്നില്ല. കാര്യം തിരക്കി. വേറെ സംസാരത്തിനിടയില്ല. ഓരോരുത്തരെയായി വീട്ടിലേക്കയച്ചു. രക്ഷിതാവിനെ കൂട്ടി വരാനായിരുന്നു നിർദേശം.നാലാമനെ മുഖമുയർത്തി നോക്കി, വിശ്വാസമാകാതെ മാഷ് വീണ്ടുംനോക്കി. റഫീക്കിനെ കണ്ടു.

"താനെന്താ ഇവിടെ?" കുട്ടി മിണ്ടിയില്ല. "ക്ലാസ്സിൽ പോയിരിക്കൂ..." എന്നു മാത്രമാണ് മാഷ് പറഞ്ഞത്.

അന്ന് വലിയ സന്തോഷമായിരുന്നെങ്കിലും പിന്നീട് കുറ്റബോധവും ദുഃഖവുമുണ്ടാക്കിയ സംഭവമായിരുന്നു കവിക്കത്, പിന്നീടെന്നും ആത്മപരിശോധനയ്ക്ക് പ്രേരിപ്പിച്ചിരുന്നു ആ സംഭവം. നമ്പൂതിരി മാഷെ കാണുമ്പോൾ ഏറ്റുപറയണമെന്നും തോന്നാറുണ്ടായിരുന്നു.

ജീവിതത്തിൽ പിന്നെയെപ്പോഴും സമാനമായ പ്രലോഭനങ്ങൾ ചുറ്റിലുമുയരുമ്പോൾ നമ്മളാരെന്നും നമ്മുടെ പ്രതിച്ഛായയെന്തെന്നും ചിന്തിപ്പിച്ചിരുന്നത് ആ സംഭവമായിരുന്നു. നാട്ടിലായാലും സമൂഹത്തിലായാലും നാമെത്രത്തോളം തരംതാഴ്ന്നാലും അധഃപതിച്ചാലും സമൂഹം നമുക്ക് കല്പിക്കുന്ന പ്രതിച്ഛായയെപ്പറ്റി ഉത്കണ്ഠപ്പെട്ടു തുടങ്ങിയത് ഒരുപക്ഷേ അന്നു മുതലായിരിക്കും.

■

അച്ചാറിനു പിന്നിലെ അപകടമരണം

ലോകം എന്തായി ത്തീരണം എന്നതിനെ ക്കുറിച്ച് കവിയുടെ സ്വപ്നമാണ് കവിത

ആരാച്ചാർ എന്നതിനു പകരം അച്ചാർ എന്നെഴുതിയ കുട്ടിയെ ശിക്ഷിക്കുന്ന അധ്യാപകൻ. പിന്നീട് അദ്ദേഹം ഒരു അപകടത്തിൽ മരിക്കുന്നു. ബസ്സിടിച്ചായിരുന്നു അപകടം. സമയം എന്ന സമസ്യയെക്കുറിച്ചാണ് കവി ചിന്തിക്കുന്നതത്രയും.

ഒരു നിമിഷത്തിന്റെ വ്യത്യാസത്തിൽ മാറിപ്പോകുമായിരുന്ന അപകടം. അധ്യാപകനോ ബസ്സോ ഏതെങ്കിലും ഒരു ഞൊടിയിട വൈകിയാലോ നേരത്തെയെത്തുകയോ ചെയ്താൽ ആ അപകടം സംഭവിക്കില്ലായിരുന്നു. എന്നാൽ ഇത്തരം സംഭവങ്ങളൊന്നും തന്നെ ലോകത്തിന്റെ സഞ്ചാരത്തെ ബാധിക്കുന്നേയില്ല.

പിൽക്കാലത്ത് അച്ചാർ എന്ന കവിതയ്ക്ക് നമ്പൂതിരി മാഷിന്റെ സമീപനം പ്രചോദനമായിരുന്നു. അതുപോലെ ഒരുപാട് സംഭവങ്ങളുടെ സംയോജനത്തിൽ നിന്ന് ഉടലെടുക്കുന്ന ഓരോ ആകസ്മികതയും കവിതയ്ക്ക് വിത്തുകളായിട്ടുണ്ട്.

ഏറ്റവും ലളിതമെന്ന് തോന്നാവുന്ന വിചാരങ്ങൾക്കു പിന്നിലും സങ്കീർണമായ ചിന്ത മറഞ്ഞിരിപ്പുണ്ട്.

ദുർഗ്രഹമായ ജീവിത സാഹചര്യങ്ങളിലാണ് റഫീക്ക് അഹമ്മദ് കവിയായതും കവിയായിരിക്കുന്നതും. ജീവിതം എത്രമേൽ സങ്കീർണ്ണമാകുന്നുവോ, അത്രമേൽ കവിതയും സാഹിത്യവും ദുർഗ്രഹമാകുമെന്നാണ് കവിയുടെ ന്യായീകരണം.

ലോകം എന്തായിത്തീരണം എന്നതിനെക്കുറിച്ച് കവിയുടെ സ്വപ്നമാണ് കവിത. യാഥാർത്ഥ്യത്തിനപ്പുറം സ്വപ്നങ്ങളുടേയും ഭാവനയുടേയും സങ്കൽപങ്ങളുടെയും സങ്കലനമാണ് റഫീക്ക് അഹമ്മദിന് കവിത.

അച്ചാർ

ഉത്ഥാനപുരം കവലമുക്കിൽ കൃഷ്ണൻമാഷെത്തുമ്പോൾ സമയം രാവിലെ ഒമ്പത് മുപ്പത്. അപ്പോൾത്തന്നെ അനുഗ്രഹ ബസ് ടൗൺ വിടുകയും ചെയ്തിരുന്നു. അതിന് ഉത്ഥാനപുരത്തെത്താൻ മുപ്പത്തിമൂന്ന് മിനുട്ട് വേണം.

കവലയിൽനിന്ന് കൃഷ്ണൻമാസ്റ്റർക്ക് ഒരു ലിഫ്റ്റ് തരപ്പെട്ടു. അനുഗ്രഹ ബസ് ടൗൺ ഏറെ പിന്നിട്ടു. മാഷ് സബ് ട്രഷറിക്കു മുന്നിൽ ഇറങ്ങി. ഒരു കാലിച്ചായ കുടിക്കുകയുമുണ്ടായി.

അനുഗ്രഹ ബസ്സിന് കൃഷ്ണൻമാഷെ അറിഞ്ഞുകൂടാ. മാഷ്ക്ക് ബസ്സിനെയും. എന്നിരുന്നാലും നോവൽ ബുക്കിലും മറ്റും പറയുന്നതുപോലെ വരുംവരായ്കകളുടെ ഓർമ്മത്തെറ്റുകളിൽ കുറിച്ചിടപ്പെട്ട സഞ്ചാരപഥങ്ങളിലൂടെ അദൃശ്യബലരേഖകൾ ഇരുവരിലൂടെയും കടന്നുപോകുന്നുണ്ടാവുമല്ലോ.

മൂക്കുപൊടി വിൽക്കുന്ന ഉസ്താദിന്റെ പെട്ടിക്കട റോഡിനു മറുവശത്താണ്. രഞ്ജിമോൾക്കു കൊടുക്കാൻ ദേവയാനിടീച്ചർ ഏല്പിച്ച അച്ചാർ കൈയിലുണ്ട്.

പണ്ടൊരു കേട്ടെഴുത്തിൽ ആരാച്ചാർ എന്നതിന് അച്ചാർ എന്നെഴുതിയ വിദ്യാർത്ഥിയെ പെട്ടെന്ന് ഓർത്തു കൃഷ്ണൻമാഷ്.

ഈ അച്ചാറിന്റെ കാര്യമുണ്ടല്ലോ, വലിയ അതിശയമാണ്. എന്തൊക്കെ ഒത്തുവരണം അതിന്റെ യോഗം ശരിയാവാൻ.

അത്താണി സ്റ്റോപ്പ് കഴിഞ്ഞതോടെ ഡ്രൈവർ രാജേഷ് പാൻമസാല പായ്ക്ക് പൊട്ടിക്കാനും തിരുമ്മി പതം വരുത്താനും ചില സെക്കൻഡുകളെടുത്തു. നാവിന്റെ രുചി പോയിരിക്കുന്നു. ആരാച്ചാരിനു പകരം അച്ചാറെന്ന് കേട്ടെഴുതിയതിന് പണ്ട് തല്ലുകൊണ്ട കാര്യം ഓർത്തു രാജേഷ്. പഴയ പരിചയക്കാരൻ സൈമൺമാഷുമായി വഴിക്കുശലത്തിന് കൃഷ്ണൻമാഷ് എട്ടു മിനുട്ടും ഇരുപതു സെക്കൻഡുമെടുത്തു. കോട്ടപ്പുറം വളവിൽ അനുഗ്രഹ ഒരു ബ്ലോക്കിൽപ്പെട്ടു. അഡ്ജസ്റ്റ് ചെയ്തെങ്കിലും രണ്ടര മിനിട്ടിന്റെ വ്യത്യാസമുണ്ടായി. ചെരിപ്പിനുള്ളിലേക്കു കുത്തിക്കയറിയ ചരൽക്കല്ല് പിഴുതുകളയാൻ മാഷ് നാലു മിനിട്ടെടുത്തു. അങ്ങനെ നിരവധി സമയലീലകളിലൂടെ, പാമ്പും കോണിയും പോലുള്ള സാധ്യതാക്കളങ്ങളിലൂടെ കൃഷ്ണൻമാഷും അനുഗ്രഹ ബസ്സും കയറിയിറങ്ങിക്കൊണ്ടിരുന്നു.

അതാണ് പറഞ്ഞത്, അച്ചാറിന്റെ കാര്യം വലിയ അതിശയം തന്നെയാണ്. ∎

ലാബിൽ കയറാത്ത പ്രീഡിഗ്രിക്കാരൻ

> വിപുലമായ വായനയ്ക്കിടയിലും സ്വയം ഒതുങ്ങിക്കൂടിയിരുന്ന, കവിതയെഴുതുമായിരുന്ന റഫീക്ക് മത്സരങ്ങളിൽ നിന്നൊഴിഞ്ഞു നിന്നു.

പഠിക്കേണ്ടതെന്തെന്ന് കാര്യമായ ധാരണയില്ലാതെ സെക്കന്റ് ഗ്രൂപ്പ് പ്രീഡിഗ്രി ക്ലാസ്സിലകപ്പെട്ട വിദ്യാർത്ഥി. അടിയന്തിരാവസ്ഥ കഴിഞ്ഞ്, കത്തുന്നകാലത്തെ ക്യാമ്പസ് ജീവിതം. പഠിക്കേണ്ട വിഷയങ്ങളെക്കുറിച്ചോ പാഠ്യരീതികളെക്കുറിച്ചോ വലിയ ധാരണയില്ലാതെ ആ പ്രീഡിഗ്രിക്കാരൻ പഠനത്തേക്കാൾ പാഠ്യേതരവിഷയങ്ങളിൽ ആകൃഷ്ടനായത് സ്വാഭാവികം.

സയൻസ് പഠനത്തിന്റെ സാമ്പ്രദായിക രീതികളോട് അവന് പൊരുത്തപ്പെടാനായില്ല. പാറ്റയും മണ്ണിരയും കീറലും മുറിക്കലും അവന് സുവോളജി

ലാബുകളെ പേടിസ്വപ്നങ്ങളാക്കി. അങ്ങനെ ലാബിൽ കയറാതായി.

ഗുരുവായൂർ ശ്രീകൃഷ്ണ കോളേജിൽ അന്ന് നക്സലൈറ്റ് അനുഭാവികൾ ഏറെയുണ്ടായിരുന്നു. ക്രിയാത്മകമായി ചിന്തിക്കുകയും സർഗ്ഗശേഷി പുലർത്തുകയും ചെയ്തിരുന്നവർക്ക് നക്സലിസത്തോട് ആഭിമുഖ്യം പുലർത്താതിരിക്കാൻ കഴിയാത്ത കാലമായിരുന്നു അത്. ക്ലാസ്സിൽ കയറാത്ത, ലാബിൽ കയറാത്ത, കവിതയെഴുതുന്ന, കാർട്ടൂൺ വരയ്ക്കുന്ന സർഗ്ഗാത്മകത വേണ്ടുവോളമുള്ളവർക്ക് ഇതിൽപരം ചേരുന്ന ലാവണം വേറെയേതുണ്ട്...?

അന്നത്തെ സാംസ്കാരിക സാഹചര്യങ്ങൾ അതിന് അനുകൂലമായിരുന്നു. സമാന്തര പ്രസിദ്ധീകരണങ്ങൾ അവർ ധാരാളമായി വായിച്ചു. കടമ്മനിട്ടയും സച്ചിദാനന്ദനും ഉൾപ്പെടെയുള്ള കവികൾ അക്കാലത്ത് കോളേജിൽ വരുമായിരുന്നു. സ്റ്റഡീ ക്ലാസ്സുകൾ പതിവായുണ്ടായിരുന്നു. നമ്മുടെ പ്രീഡിഗ്രിക്കാരൻ സ്റ്റഡിക്ലാസ്സുകളിൽ പതിവുകാരനായി.

നിലവിലെ സാമൂഹികവ്യവസ്ഥിതിയെ അതിലംഘിക്കുന്നതിനുള്ള തീവ്രമായ ആഗ്രഹവുമായി സ്റ്റഡിക്ലാസ്സുകളിൽ ജാഗരൂകനായിരുന്ന ആ വിദ്യാർത്ഥി റഫീക്കായിരുന്നു.

വായനയ്ക്കും എഴുത്തിനും ദിശാബോധം വന്നത് കോളേജ് പഠനക്കാലത്തായിരുന്നു. വിപുലമായ വായനയ്ക്കിടയിലും സ്വയം ഒതുങ്ങിക്കൂടിയിരുന്ന, കവിതയെഴുതുമായിരുന്ന റഫീക്ക് മത്സരങ്ങളിൽ നിന്നൊഴിഞ്ഞു നിന്നു. വ്യവസ്ഥാപിത മത്സര രീതിയോടുള്ള പൊരുത്തക്കേടും അവിശ്വാസവും കലോത്സവങ്ങളിൽ പങ്കെടുക്കാതിരിക്കാൻ കാരണമായതായി കവി പറയുന്നു. ∎

കത്തുന്ന കാലത്തിനൊപ്പം

എഴുപതുകളിൽ നിന്ന് പാഠം പഠിക്കാത്തതിനാലാണ് മാവോയിസം ഇന്നും നിലനിൽക്കുന്നതെന്ന് കവി വിശ്വസിക്കുന്നു

"കനുസന്യാലിനെപ്പോലൊരു പോരാളി ആത്മഹത്യ ചെയ്യുകയോ?" നമ്മുടെ രാജ്യത്ത് ജീവിച്ച ഏറ്റവും വലിയ വിപ്ലവകാരിയായിരുന്നു കനു സന്യാൽ. അദ്ദേഹം ഉയർത്തിയ ചിന്തയ്ക്കും പ്രത്യയശാസ്ത്രത്തിനും ഇന്നും വലിയ പ്രസക്തിയുണ്ട്. അദ്ദേഹം ആത്മഹത്യ ചെയ്യുമെന്ന് വിശ്വസിക്കാൻ ഇന്നോളം കഴിയാത്തയാളാണ് റഫീക്ക് അഹമ്മദ്. 'പിന്നെയെങ്ങനെ'എന്ന കവിതയ്ക്ക് പ്രേരകം ആ ആത്മഹത്യയാണ്.

നീതിക്കു വേണ്ടിയുള്ള അദമ്യമായ ദാഹമാണ് മാവോയിസം പോലുള്ള ചിന്തകളിൽ ചെന്നു ചേരാൻ കാരണമാകുന്നത്. രാജ്യത്തിപ്പോഴും ഒരു

പാടുപേർ സാമൂഹികമായും സാമ്പത്തികമായും സാംസ്കാരികമായും പിളർക്കപ്പെടുന്നതിന്റെ തെളിവാണ് മാവോയിസം നിലനിൽക്കുന്നു എന്നത്. എന്നാൽ പലയിടങ്ങളിലും ആശയവും പ്രത്യയശാസ്ത്രവും വെടിഞ്ഞ് കൊള്ളസംഘങ്ങളെപ്പോലെയാണ് അവർ പ്രവർത്തിക്കുന്നത്. അതിൽ ഉത്കണ്ഠാകുലനാണ് കവി.

കവിയുടെ കൗമാരവും യൗവ്വനവും എഴുപതുകളിലൂടെയാണ് കടന്നു പോന്നത്. ആ കാലഘട്ടത്തിന്റെ തീവ്രനിലപാടുകൾ തന്നെയേറെ പ്രചോദിപ്പിച്ചിട്ടുണ്ടെന്ന് കവി പറയുന്നു. എഴുപതുകൾ സാംസ്കാരികമായും രാഷ്ട്രീയമായും ഇളകിമറിഞ്ഞ ദശകമായിരുന്നു. എഴുപതുകളെക്കുറിച്ച് ഊറ്റം കൊള്ളുന്നവരും കുറ്റബോധത്തിൽ നീറുന്നവരുമുണ്ട്. ലജ്ജിക്കുന്നവരുമുണ്ട്. എന്നാൽ അന്നത്തെ പല നിലപാടുകളും കാഴ്ച്ചപ്പാടുകളും ഇന്നോർക്കുമ്പോൾ ബാലിശമായി തോന്നുന്നു. അന്നത്തെ മുഖ്യധാരാ രാഷ്ട്രീയ പ്രസ്ഥാനങ്ങളും ഭരണകൂടവും അതിനെ ഇല്ലായ്മ ചെയ്യാനാണ് ശ്രമിച്ചത്. ജനാധിപത്യ രാഷ്ട്രീയ മൂല്യ വിവേകത്തോടെയുള്ള വിശകലനം അവർ അർഹിച്ചിരുന്നുവെങ്കിലും അതുണ്ടായില്ല. അന്നത്തെ രാഷ്ട്രീയ ജീർണ്ണതയിൽ നിന്നാണ് അക്കാലത്തെ തീവ്രവാദ ചിന്തകൾ ഉരുത്തിരിഞ്ഞതെന്ന് മനസ്സിലാക്കിയിരുന്നെങ്കിൽ രാഷ്ട്രീയ പ്രസ്ഥാനങ്ങളിൽ ഗുണപരമായ ചില മാറ്റങ്ങൾ, ജനാധിപത്യപരമായ തിരുത്തലുകൾ ഉണ്ടാകുമായിരുന്നു. അതും സംഭവിച്ചില്ല. ആ കാലഘട്ടത്തിന്റെ തീക്ഷ്ണസ്മരണകളിൽ നിന്നാണ് 'എഴുപതുകളിൽ' എന്ന കവിതയുണ്ടാകുന്നത്.

എഴുപതുകളുടെ തുടർച്ചയായിരുന്നു പിന്നീടുണ്ടായ നവസാമൂഹ്യ പ്രസ്ഥാനങ്ങളെല്ലാം. എഴുപതുകളിൽ നിന്ന് പാഠം പഠിക്കാത്തതിനാലാണ് മാവോയിസം ഇന്നും നിലനിൽക്കുന്നതെന്ന് കവി വിശ്വസിക്കുന്നു.

അത്യന്തം ക്ലേശകരമായ ആന്തരിക ജീവിതത്തിന്റെ ഉപോത്പന്നമാണ് റഫീക്ക് അഹമ്മദിന്റെ കവിതകൾ.

അതിൽ വ്യക്തികൾ കാലഘട്ടങ്ങളെ രേഖപ്പെടുത്തുന്നുണ്ട്. കനുസന്യാലിലൂടെ, കുഞ്ഞിരാമൻ നായരിലൂടെ, വൈലോപ്പിള്ളിയിലൂടെ, ഉമ്മുക്കുൽസുവിലൂടെ, പണയത്തിലൂടെ, കളപറിയിലൂടെ കാലഘട്ടങ്ങൾ തന്നെയാണ് വായിക്കപ്പെടുന്നത്.

കവിതയിൽ വ്യക്തികൾ വിഷയമായി വരുന്നുണ്ടെങ്കിലും റഫീക്ക് അഹമ്മദിന് കവിത വ്യക്ത്യാധിഷ്ഠിതമല്ല. അത് രാഷ്ട്രീയവും ധാർമ്മികവുമായി പ്രതികരിക്കുന്നതാണ്.

'പിന്നെയെങ്ങനെ'-യിൽ കനുസന്യാൽ, 'ഉടൽക്കേണി'യിൽ സിൽക്ക് സ്മിത,'അലഞ്ഞു തിരിയുന്ന കവിത'-യിൽ കുഞ്ഞിരാമൻ നായർ. കവിതയിൽ കനുസന്യാൽ ഒരു വ്യക്തി മാത്രമല്ല. കുഞ്ഞിരാമൻനായർ ഒരുപാടുപേരുടെ പ്രതീകമാണ്. സിൽക്ക് സ്മിതയും അങ്ങനെത്തന്നെ.

അല്പവസ്ത്രം ധരിച്ച്, നഗ്നനൃത്തം നടത്തുന്ന, ശരീര പ്രദർശനം നടത്തുന്ന നടിയെന്ന നിലയിൽതന്നെയാണ് കവിയും സ്മിതയെ ശ്രദ്ധിച്ചിട്ടുള്ളത്. എന്നാൽ അവിചാരിതമായിരുന്നു അവരുടെ ആത്മഹത്യ. നഗ്നമായ ശരീരത്തിനുള്ളിലെ ആത്മാവിനെക്കുറിച്ച് ചിന്തിപ്പിച്ചത് അവരുടെ മരണമുണ്ടാക്കിയ നടുക്കമാണ്.

ശരീരമാകുന്ന അവസാനത്തെ ഉടുപ്പും അഴിച്ചുകളയലാണ് ആത്മഹത്യ. ഉടൽവസ്ത്രമുരിയുമ്പോൾ ആത്മാവ് നഗ്നമാകുന്നു. ആത്മാവിന്റെ നഗ്നതയിൽ ആർക്കും താത്പര്യമില്ല, കൗതുകമില്ല.

കനുസന്യാൽ തൂങ്ങി മരിക്കുമെന്ന് കവിക്ക് ഒരിക്കലും സങ്കല്പിക്കാനാവുന്നില്ല. രാജ്യത്തിന്റെ വിമോചനപ്പോരാട്ടത്തിന്റെയും ഈ നാട്ടിലെ അധികാര പ്രമത്തതയുടേയും നേരെ ഒരു ചോദ്യചിഹ്നം പോലെയാണ് കനുസന്യാൽ കയറിൽ തൂങ്ങിക്കിടന്നത്. സന്യാൽ ഒരു പ്രതീകമാണ്. നാടിനുവേണ്ടി ജീവിതം പാഴാക്കിയ അവസാനത്തെ മനുഷ്യൻ.

പിന്നെയെങ്ങനെ?

പിന്നെയെങ്ങനെ തീരണം സന്യാൽ?
ശത്രു നീർത്തിയ മെത്തിയിൽ, സൂര്യൻ
അസ്തമിപ്പതും നോക്കിച്ചുമച്ചോ,
ഒമ്പതോട്ടകൾതോറും കുഴലും
കൊമ്പുമായ് മൃതിവാദ്യം ശ്രവിച്ചോ,
ശത്രുമിത്രമാരെന്നറിയാത്ത
ചെറ്റലോകത്തിന്നോരത്തുനിന്നും
ചൊട്ടിയെത്തും വെടിയുണ്ടകൊണ്ടോ,
വെള്ളപൂശി, വിയർക്കാത്തവർതൻ
തൊള്ള കീറും വിസർജ്ജ്യങ്ങളുണ്ടോ,
രക്തസാക്ഷി വിദൂഷകനായോ,
എക്സ് നക്സൽ വിഷാദാത്മനായോ,
വർത്തമാനച്ചെളിച്ചാനലിന്റെ
വക്കിൽ കൊക്കായി ചർച്ചിച്ചുകൊണ്ടോ?
ഒട്ടുനാളുകൾ ഛർദ്ദിച്ചൊരെച്ചിൽ
ഉപ്പു കൂട്ടി തിരിച്ചു തിന്നിട്ടോ?
പിന്നെയെങ്ങനെ തീരണം സന്യാൽ...?

ഇങ്ങനെത്തന്നെ തീരണം സന്യാൽ.
ലോകദുഃഖപ്പെരുമരത്തിന്റെ
ഏകമായൊരുണങ്ങാത്ത കൊമ്പിൽ
തൂങ്ങിനില്ക്കുമൊടുക്കത്തെയേതോ
രാക്കിനാവിന്റെ തീക്കനിപോലെ.
പൂഴി വീണടയും പുഴക്കണ്ണിൽ
നാരുപോലെ മെലിഞ്ഞ നീരായി.
മിന്നിയാളും മറവിതൻ മഞ്ഞ-
ച്ചില്ലുപാളിയിൽ ചോരകൊണ്ടാരോ
മുദ്രണം ചെയ്ത കൈപ്പത്തിപോലെ.
കണ്ടുമുട്ടാതിരിക്കുവാനായി
തെന്നിമാറുന്ന ചോദ്യചിഹ്നംപോൽ
തൂങ്ങിനില്ക്കണം. ആടണം സന്യാൽ
ഇങ്ങനെത്തന്നെ തീരണം സന്യാൽ. ■

ബോധനവേദിയിൽ

ഒമ്പതാം ക്ലാസ്സിൽ പഠിക്കുമ്പോൾ ചന്ദ്രികയിൽ കവിതയെഴുതിയ പയ്യന് ജന്മനാട്ടിലെ സർഗ്ഗാത്മക വൃത്തിയിൽ വ്യാപരിക്കാതിരിക്കാനാവില്ലല്ലോ

ബദൽ രാഷ്ട്രീയ കാഴ്ച്ചപ്പാടുകൾ സമൂഹത്തിന്റെ നാനാതുറയിലും വ്യാപരിച്ചിരുന്ന കാലം. സജീവമായിരുന്ന സാംസ്കാരിക പ്രവർത്തനങ്ങൾ. ചർച്ചാവേദിയിലും ഫിലിം സൊസൈറ്റിയിലും പരിസ്ഥിതി പ്രവർത്തനത്തിലും ക്രിയാത്മകമായി ഇടപെട്ടിരുന്നു റഫീക്ക് അഹമ്മദ് എന്ന ചെറുപ്പക്കാരൻ.

ഒമ്പതാം ക്ലാസ്സിൽ പഠിക്കുമ്പോൾ ചന്ദ്രികയിൽ കവിതയെഴുതിയ പയ്യന് ജന്മനാട്ടിലെ സർഗ്ഗാത്മക വൃത്തിയിൽ വ്യാപരിക്കാതിരിക്കാനാവില്ലല്ലോ. നാട്ടിലെ സാംസ്കാരിക കൂട്ടായ്മയായ ബോധന

വേദിയിൽ അവനും അംഗമായി. ബോധനവേദിയുടെ പരിപാടികളിൽ അവൻ പതിവായി കവിതയവതരിപ്പിച്ചു. ബി.ടി.വി നാരായണനും ബാബുവുമെല്ലാം അന്നത്തെ സഹപ്രവർത്തകരായിരുന്നു.

ദൃശ്യകലാ –ഫിലിംസൊസൈറ്റി ബോധനവേദിയുടെ ഭാഗമായിട്ടുണ്ടായിരുന്നു. ഇടതുപക്ഷ ചിന്താഗതിയും കവിതാസംവാദവും ലോക ക്ലാസ്സിക് സിനിമകൾ അടുത്തറിയാനുള്ള അവസരവും ബോധനവേദിയുടെ സംഭാവനകളായുണ്ടായിരുന്നു.

കെ.എ.മോഹൻദാസ് പത്രാധിപരായിരുന്ന 'അടയാളം' മാസിക റഫീക്കിന്റെ കവിത ആദ്യമായി പ്രസിദ്ധീകരിച്ചു. 'കേരളീയം'എന്ന പരിസ്ഥിതി പ്രവർത്തകരുടെ പ്രസിദ്ധീകരണത്തോടൊത്തും പ്രവർത്തിച്ചു.

ബോധനവേദിക്കാലത്ത് സ്പാർക്കസ് നാടകമുൾപ്പെടെ നാട്ടിലവതരിപ്പിച്ചതും അതിന്റെ സംഘാടനത്തിൽ ഇടപെടാനായതും അണിയറക്കാരോട് ഇടപഴകാനായതും റഫീക്ക് അഹമ്മദിന്റെ യൗവ്വനകാലത്തെ ഓർമ്മകളിൽ തളിർത്തുനിൽക്കുന്നതാണ്.

പരിസ്ഥിതിയും പ്രകൃതിയും അന്നേ ഉത്കണ്ഠപ്പെടുത്തിയിരുന്നു കവിയെ. നോങ്ങല്ലൂർ എന്ന സ്ഥലത്ത് പാമ്പിൻകാവിനൊപ്പം കിടന്നിരുന്ന സ്ഥലം ഭൂമാഫിയ കണ്ണുവെച്ചത് ബോധനവേദിയിൽ ചർച്ചയായി. അവർ 25 പേരുടെ ഒരു സംഘമുണ്ടാക്കി. രൂപസമാഹരിക്കലായിരുന്നു ഉദ്ദേശ്യം. ദൃഢനിശ്ചയത്തോടെ സംഘം മുന്നോട്ടുപോയി. അവർ ആ സ്ഥലം വാങ്ങി, കാവും പറമ്പും സംരക്ഷിച്ചു. സംഘത്തിന്റെ പ്രവർത്തനം വലിയ വിജയവും മാതൃകാപരവുമായിരുന്നു. പ്രകൃതിക്കു വേണ്ടി, പരിസ്ഥിതി നാശത്തിനെതിരെ ചെയ്യാവുന്ന മികച്ച പ്രവർത്തനമായിരുന്നു അന്ന് ആ യുവാക്കളുടെ കൂട്ടായ്മയിൽ ഉണ്ടായതെന്ന് കവി അഭിമാനത്തോടെ ഓർക്കുന്നു. ∎

വിളിക്കാതെ വന്ന ശ്രീരാമൻ

കവിക്ക് നൽകുന്ന ആദരം കേട്ടറിഞ്ഞ്, കാണാനൊരാളെത്തിയിരുന്നു. വി.കെ. ശ്രീരാമനായിരുന്നു ക്ഷണിക്കാതെയെത്തിയ ആ ഒരാൾ

എഴുതുന്ന വസ്തുവിനെ കവിതയെന്നു വിളിക്കാൻ ആത്മവിശ്വാസമില്ലായിരുന്നു. കൂട്ടുകാരും വീട്ടുകാരും കവിയെന്നു വിളിക്കുമ്പോൾ ആധിയായിരുന്നു. എങ്കിലും 'അടയാളം' മാസികയിൽ പതിവായി കവിതയെഴുതിയിരുന്നു റഫീക്ക്. ബോധന വേദിയുടെ പരിപാടികളിൽ സ്ഥിരമായി കവിത അവതരിപ്പിക്കുകയും ചെയ്തിരുന്നു. നിനച്ചിരിക്കാതെ കിട്ടിയ 'വൈലോപ്പിള്ളി' അവാർഡ് റഫീക്കിനെ സംബന്ധിച്ച് വഴിത്തിരിവായിരുന്നു.

പ്രസിദ്ധീകരിക്കാത്ത കവിതകൾക്കായിരുന്നു അവാർഡ്. പത്രങ്ങളിലെല്ലാം യുവകവിയുടെ ചിത്രം അച്ചടിച്ചു വന്നത് വലിയ പ്രശസ്തിയാണ് നാട്ടിൽ

ഉണ്ടാക്കിയത്. തുടർന്ന് നാട്ടിൽ സ്വീകരണമേർപ്പെടുത്തി. മുൻസിപ്പൽ കൗൺസിലറും കഥാകൃത്തുമായ സി.വി ശ്രീരാമനും, അഡ്വ. ഐപ്പ് പാറമേൽ, വി. അരവിന്ദാക്ഷൻ തുടങ്ങിയവരായിരുന്നു സംഘാടകർ.

ഊഷ്മളമായ സ്വീകരണം, വേദിയിലെ പ്രമുഖർ കവിയെ അനുമോദിച്ചു. റഫീക്കിന്റെ കവിത വായിച്ചിട്ടില്ലാത്തവരായിരുന്നു ഏറെയും. എങ്കിലും നല്ല വാക്കുകൾ കൊണ്ട് അഭിനന്ദിച്ചു. എല്ലാവരും.

എന്നാൽ അടയാളത്തിൽ പതിവായെഴുതുന്ന യുവകവിയുടെ കവിതകൾ വായിച്ച്, കവിക്ക് നൽകുന്ന ആദരം കേട്ടറിഞ്ഞ്, നേരിട്ട് കാണാനൊരാളെത്തിയിരുന്നു. നടൻ വി.കെ. ശ്രീരാമനായിരുന്നു ക്ഷണിക്കാതെയെത്തിയ ആ ഒരാൾ.

ക്ഷണിക്കപ്പെടാതെയെത്തി സദസ്സിലൊരാളായിരുന്ന് ചടങ്ങ് വീക്ഷിച്ചു ശ്രീരാമൻ. അധ്യക്ഷൻ വേദിയിലേക്ക് ക്ഷണിച്ചപ്പോൾ യാതൊരു മടിയോ സങ്കോചമോ കൂടാതെ വേദിയിലെത്തി, അഭിനന്ദനത്തിനൊപ്പം റഫീക്കിന്റെ കവിതകൂടി ചൊല്ലിയായിരുന്നു അദ്ദേഹത്തിന്റെ പ്രസംഗം.

ചടങ്ങു കഴിഞ്ഞതും റഫീക്ക് സ്ഥലം വിട്ടു. പരിചയപ്പെടാൻ ശ്രീരാമൻ കാത്തുനിൽക്കുന്നതറിയാതെയായിരുന്നു റഫീക്കിന്റെ പോക്ക്. പക്ഷേ, ശ്രീരാമൻ വിട്ടില്ല, പിറകെയെത്തി. റഫീക്കിന്റെ വീട്ടിലേക്ക്. അങ്ങനെ പരിചയക്കാരായി. സുഹൃത്തുക്കളായി.

വിപുലമായ സുഹൃത്‌വലയം സൂക്ഷിക്കുന്ന ശ്രീരാമൻ സുഹൃത്തുക്കളുമായി വലിയ അടുപ്പവും സൂക്ഷിച്ചിരുന്ന ആളാണ്.

കവിത വായിക്കുക, കഴിയുമെങ്കിൽ എഴുതുക... എന്നിങ്ങനെ ചില നിസ്സാര ആഗ്രഹങ്ങൾ മാത്രം ജീവിതത്തിലുണ്ടായിരുന്ന റഫീക്ക് അഹമ്മദിനെ ഒരു കവിതാസമാഹാരത്തിന്റെ സാധ്യതയെക്കുറിച്ച് ചിന്തിപ്പിച്ചത് ആ സൗഹൃദമായിരുന്നു.
∎

കവിതയുടെ സ്വപ്നവാങ്മൂലം

പ്രണയവും കവിതയുമെല്ലാം വൃത്തികെട്ട ലോകത്തെ കുറച്ചെങ്കിലും വൃത്തിയുള്ള താക്കുന്നു വെന്നാണ് കവിയുടെ കാഴ്ച്ചപ്പാട്

പു തിയ പദസംയുക്തങ്ങളിലൂടെ പുതിയ അർത്ഥങ്ങൾ കണ്ടെത്തുക എന്നത് കവിയായ റഫീക്കിന്റെ നിർബന്ധങ്ങളിലൊന്നായിരുന്നു. സ്വപ്നവാങ്മൂലം അതിന്റെ നാന്ദിയായിരുന്നു.

വി.കെ ശ്രീരാമന്റെ മാത്രം താത്പര്യപ്രകാരമായിരുന്നു സ്വപ്നവാങ്മൂലം എന്ന കവിതാസമാഹാരം. കെ.ജി ശങ്കരപ്പിള്ള എഴുതിയ അവതാരിക മുതൽ അക്കിക്കാവിലെ ആദ്യ സാംസ്കാരികപരിപാടിയായിരുന്ന സ്വപ്നവാങ്മൂലത്തിന്റെ പ്രകാശന ചടങ്ങുവരെ ശ്രീരാമൻ മുൻകൈയെടുത്തായിരുന്നു നടത്തിയത്.

കവി കുഞ്ഞുണ്ണിമാഷായിരുന്നു പ്രകാശനം നിർവഹിച്ചത്. അതോടെ വി.കെ. ശ്രീരാമനുമായുള്ള സൗഹൃദം ദൃഢമായി. അതിന്റെ തുടർച്ചയെന്നോണം പി.ടി കുഞ്ഞുമുഹമ്മദ് ഉൾപ്പെടെയുള്ളവരുമായുള്ള സൗഹൃദത്തിനും വഴിവെച്ചു.

കവിതയിൽ സജീവമായിരിക്കുമ്പോഴും കവിയാണെന്നോ, അതിന്റെ സാധ്യതകളെക്കുറിച്ചോ ബോധനവാനല്ലായിരുന്നുവെന്ന് റഫീക്ക് പറയുന്നു. പാട്ടെഴുത്ത് അക്കാലത്ത് വിദൂരസങ്കല്പങ്ങളിൽ പോലുമില്ല.

ലോകത്ത് നിലനിൽക്കാനുള്ള പിടിവള്ളിയായിരുന്നു കവിക്ക് കവിത. പ്രണയവും കവിതയുമെല്ലാം വൃത്തികെട്ട ലോകത്തെ കുറച്ചെങ്കിലും വൃത്തിയുള്ളതാക്കുന്നുവെന്നാണ് കവിയുടെ കാഴ്ച്ചപ്പാട്.

പുതിയ പദസംയുക്തങ്ങൾ കണ്ടെത്തണമെന്നും പ്രയോഗിക്കണമെന്നുമുള്ള നിർബന്ധം റഫീക്ക് അഹമ്മദ് കവിതകളിലുടനീളമുണ്ട്. സ്വപ്നവാങ്മൂലം കൂടാതെ ആൾമറ, പെരുംമാൾ, കട്ടിയേകാന്തത, ഉടൽക്കെണി, കൈച്ചുള്ളികൾ, നിലാമണ്ണ്, സൗരധൂളികൾ, അഴുക്കില്ലം, കണ്ണീർവെളിച്ചം, മദിച്ചമാമ്പൂമണം, ജലവല്ലി തുടങ്ങിയവ അപൂർവ്വ പദച്ചേരുവകൾക്ക് ചില ഉദാഹരണങ്ങൾ മാത്രം.

വാക്കുകൾ അവയുടെ നിയതമായ അർത്ഥത്തെ അതിലംഘിച്ച് പുതിയ അർത്ഥതലങ്ങളിൽ വ്യാപരിക്കുന്നത് കവി സ്വയം ആസ്വദിക്കുകയാണ്.

'അകങ്ങളൊട്ടേറെ, അതിനാലൊട്ടകം' ഇത് ഏറെ രസമുള്ള എന്നാൽ അർത്ഥതലങ്ങളുള്ള പദക്കൂട്ടുകളിൽ ഒന്നാണ്.

■

പണയത്തിന്റെ ആകുലതകൾ

അധികാര ശക്തികൾ മദ്യത്തെ രാഷ്ട്രീയ പ്രലോഭനമായി ഉപയോഗിക്കുന്നതിനെ 'പണയം' ചർച്ച ചെയ്യുന്നു

വലിയ രാഷ്ട്രീയ വിവാദമായിരുന്നു സംസ്ഥാന സർക്കാർ ഏഷ്യൻ ഡെവലപ്പ്മെന്റ് ബാങ്കിൽ നിന്ന് വായ്പയെടുക്കുന്നു എന്ന വാർത്ത. സർക്കാരിനും അതുവഴി ജനങ്ങൾക്കും ഉണ്ടാകാൻ പോകുന്ന സാമ്പത്തിക ബാധ്യതയാണ് 'പണയം' എന്ന കവിതയിലെ ആകുലത. സാമ്പത്തിക അടിമത്തം ശീലമായ ഒരു സമൂഹമാണ് നാമിന്ന്. ആഗോള കുത്തകകൾ നമ്മുടെ മണ്ണും ജലവും വിഭവങ്ങളും കവർന്നെടുത്തു കഴിഞ്ഞു.

ഉത്പാദനത്തിന്റെ ഭൂമികയായിരുന്ന മണ്ണ് ഇന്ന് സ്വയം ചരക്ക്വത്കരിക്കപ്പെട്ടു. വെള്ളവും മനുഷ്യ

ശേഷിയും ഇന്ന് വില്പന ചരക്കാണ്. ഉത്പാദന ത്തിന്റെ സാഹചര്യത്തിൽ നിന്ന് സ്വയം വരുമാനം നൽകുന്ന ഉത്പന്നമായി മാറി.

മനുഷ്യന്റെ അധ്വാനത്തിലും ബന്ധങ്ങളിലും ചിന്തയിലും അഭിരുചിയിലും താത്പര്യങ്ങളിലു മെല്ലാം ഈ കമ്പോളവത്കരണം പിടിമുറുക്കിക്ക ഴിഞ്ഞു. നാം എന്ത് ഇഷ്ടപ്പെടണം, എന്ത് ആഗ്രഹി ക്കണം, ഏത് ഹിറ്റാകണം എല്ലാം നിശ്ചയിക്കുന്നത് വൻകിട കമ്പനികളാണ്. ഉത്പാദനത്തിനിറങ്ങു ന്നതുപോലും മാർക്കറ്റിന്റെ സാധ്യതകൾ മുൻകൂട്ടി നിശ്ചയിച്ചുകൊണ്ടാണ്. ഇതിനിടയിൽ വ്യക്തിപര മായ ആസ്വാദനത്തിനും ആഗ്രഹങ്ങൾക്കും അഭി പ്രായത്തിനും അഭിരുചിക്കുമൊന്നും വലിയ പ്രസക്തിയില്ലാതായിരിക്കുന്നു.

മൃതിപുളിപ്പിച്ച മറവിതൻ ജലത്തിന് പകരം കൊടുക്കുന്നത് പ്രകൃതിയുടെ വരദാനങ്ങളാണെന്ന് പണയത്തിൽ പറയുന്നു. തുച്ഛമായ പ്രതിഫലം നൽകി നമ്മുടെ പ്രകൃതിവിഭവങ്ങൾ കൈയടക്കുന്ന ആഗോളവാണിജ്യ കുത്തകകളെക്കുറിച്ചുള്ള ആകു ലതയാണ് പണയത്തിലെ വിഷയം.

അധികാര ശക്തികൾ മദ്യത്തെ രാഷ്ട്രീയ പ്രലോഭനമായി ഉപയോഗിക്കുന്നതിനെക്കുറിച്ചും 'പണയം' ചർച്ച ചെയ്യുന്നു. മദ്യവും ലഹരിയും മറവി യുമാണ്. അതിന് അടിമയായവൻ അതിനുവേണ്ടി എന്തും ചെയ്യും. താൽക്കാലികമാണെന്നറിഞ്ഞിട്ടും മാനുഷികമായ പ്രശ്നങ്ങളിൽ നിന്നൊരു വിടുതൽ അവൻ ആശ്വാസമായി കാണുന്നു.

ക്ഷണികമായ ലഹരിക്കുവേണ്ടി മണ്ണും ജലവും പ്രകൃതിയും കൈവിട്ടുകളഞ്ഞ ഭൂതവും വർത്തമാന വുമാണ് നമ്മുടെ . മദ്യവും അധികാരവും തമ്മിലുള്ള ബന്ധത്തിലേക്കാണ് പണയം യാത്രചെയ്യുന്നത്.

പണയം

പണയമായെടുക്കുക നിലാവിന്റെ
കണികകൾ, പുലർത്തിരികൾ, പൂമണം.
ഒരു കൈവട്ടക നിറയെ പൂവുമായ്
വിരിയും കാർത്തികനിശീഥം, പൂത്തൊരീ
പതിറ്റടിയുടെ വിനീതമാം നിഴൽ.
വഴിക്കിണറിന്റെ കുളിരെഴും തണ്ണീർ.
മഴ വരൾമണ്ണിലുണർത്തും സൗരഭം.
പകരമായ്ത്തരികെനിക്കു നീയനി
മൃതി പുളിപ്പിച്ച മറവിതൻ ജാലം.

ഇരിക്കുന്നൂ തങ്കത്തുലാസുമായ്ബ്ഭവാൻ.
നമുക്കു മുൻപിലിക്കറുത്ത ചട്ടിയിൽ
നഖങ്ങളുൾവലിച്ചിരിക്കും കള്ളിമുൾ-
ച്ചെടി, ചുമരിലോ നിറച്ച മാൻതല.

മറുതട്ടിപ്പൊഴും കുനിഞ്ഞു നില്ക്കയോ?
നിറച്ചാലും നെല്ലിൻ തരിവളച്ചിരി
പുഴ മറന്നിട്ട കൊലുസ്സ്, മൂക്കുറ്റി-
യണിയുവാൻ കുനിഞ്ഞെടുത്ത മൂക്കുത്തി,
തരളമാം ചില്ലക്ഷരുത്തിൽ കൊന്നത്തൈ
ഇരവു വാങ്ങിയൊരിളക്കത്താലിയും.

ചിരിക്കയോ ഭവാൻ? എനിക്കു പോരുമീ
നിറക്കുമിളകൾ, പതയും താളങ്ങൾ.
മരിച്ച സന്ധ്യകൾ കലർന്നപസ്മാരം
നുരഞ്ഞുതുള്ളുമീ സ്ഫടികഭാജനം.

ഒരു പുരാതന നദീതടത്തിലെൻ
കലപ്പ വെൺചിതലുഴുന്നു, പ്രാണന്റെ
മിടിപ്പു താഴുന്നു, ശിരസ്സു താഴുന്നു. ■

നിനച്ചിരിക്കാതെ പാട്ടെഴുത്തിൽ

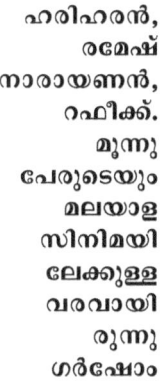

ഹരിഹരൻ, രമേഷ് നാരായണൻ, റഫീക്ക്. മൂന്നു പേരുടെയും മലയാള സിനിമയിലേക്കുള്ള വരവായിരുന്നു ഗർഷോം

ബോധനവേദി, വി.കെ.ശ്രീരാമനുമായുള്ള സൗഹൃദം, സൗഹൃദക്കൂട്ടായ്മ... സാംസ്കാരിക പ്രവർത്തനങ്ങൾ എന്നിവയുടെ തുടർച്ചയായിട്ടായിരുന്നു പാട്ടെഴുത്ത്. സൗഹൃദസദസ്സിലെ പതിവ് അംഗങ്ങളായിരുന്നു റഫീക്ക് അഹമ്മദും പി.ടി കുഞ്ഞുമുഹമ്മദും. ഗർഷോം സിനിമയുടെ ആലോചനകൾ നടക്കുന്ന സമയം. ഒരു ചർച്ചാവേളയിൽ അപ്രതീക്ഷിതമായി കുഞ്ഞുമുഹമ്മദ് പറയുന്നു; "പാട്ടുകൾ നീയെഴുതും..." പഴയ പാട്ടുകൾ ധാരാളമായി കേൾക്കുമെന്നല്ലാതെ പാട്ടുമായും പാട്ടെഴുത്തുമായും വലിയ ബന്ധമൊന്നുമില്ലായിരുന്നു. പാട്ടെഴുതാമെന്ന്

അന്നും ഇന്നും ആരോടും ആവശ്യപ്പെട്ടിട്ടില്ല. കച്ചേരികൾ കേൾക്കാറുണ്ട്, കുറച്ചൊക്കെ രാഗങ്ങളെക്കുറിച്ചറിയാം. പാട്ടെഴുത്തിനായി സംഗീത പഠനമൊന്നും നടത്തിയിട്ടില്ല. എന്നിട്ടും ഗർഷോമിൽ പാട്ടുകളെഴുതി, പാട്ടുകൾ ശ്രദ്ധിക്കപ്പെട്ടു, കവിയും.

ഹരിഹരൻ, രമേഷ് നാരായണൻ, റഫീക്ക് അഹമ്മദ് അങ്ങനെ മൂന്നുപേരുടെ മലയാള സിനിമയിലേക്കുള്ള വരവായിരുന്നു ഗർഷോം. വേറിട്ട ശൈലിയിൽ ഗസൽ രൂപത്തിലുള്ള പാട്ടുകളാണ് ഗർഷോമിൽ ഉപയോഗിച്ചത്. അതിൽ 'പറയാൻ മറന്ന പരിഭവങ്ങൾ...' ശ്രദ്ധേയമായി.

അപ്പോഴും പാട്ടെഴുത്ത് ഗൗരവമായോ പ്രൊഫഷൻ എന്ന നിലയിലോ കണ്ടില്ല. എന്നിട്ടും സുഹൃത്ത് കെ.ഗീരിഷ്കുമാറിന്റെ ടി.വി സീരിയൽ 'ശമനതാള'ത്തിൽ എഴുതി. പിന്നെ, പെരുമഴക്കാലം കമലിനോടൊപ്പം. അതിലെ 'രാക്കിളിതൻ വഴി മറയും' 'മെഹറ്ബ' എന്നിവ വ്യത്യസ്ത അഭിരുചിക്കാരുടെ അഭിപ്രായം നേടിയെടുത്തു. പാട്ടുകളെല്ലാം ഹിറ്റായി. സിനിമാരംഗത്ത് സക്രിയമായി തുടരാൻ അത് പ്രേരകമായി.

പത്ത് വർഷത്തിനപ്പുറം 'പ്രണയകാലത്തി' ലാണ് ആദ്യ സംസ്ഥാന അവാർഡ് റഫീക്ക് അഹമ്മദിനെ തേടിയെത്തുന്നത്. 2007 ലായിരുന്നു അത്. പിന്നെ, 2009ൽ സൂഫി പറഞ്ഞ കഥ, 2010ൽ സദ്ഗമയ, 2012 ൽ സ്പിരിറ്റ്, 2015 ൽ എന്ന് നിന്റെ മൊയ്തീൻ എന്നിവയ്ക്കും സംസ്ഥാന സിനിമാ അവാർഡുകൾ ലഭിച്ചു.

സിനിമാഗാനം ഒരുപാട് താത്പര്യങ്ങൾ ചേർന്നാണ് രൂപപ്പെടുത്തുന്നത്. ഗാനരചനയിൽ ഗഹനമായ അർത്ഥതലങ്ങളിൽ എത്തേണ്ട കാര്യമില്ല. പ്രണയം, ഭക്തി, ആഘോഷം, താരാട്ട്, കള്ളുകുടി അങ്ങനെ സാഹചര്യത്തിന്റെ സ്വഭാവം സ്വാംശീകരിച്ച് എഴുതുക മാത്രമാണ് ചെയ്യുന്നത് എന്നാണ് റഫീക്ക് അഹമ്മദ് പറയുന്നത്.

താളാത്മകമായിട്ടാണ് റഫീക്കിന് കവിത വരുന്നത്. താളബദ്ധമായി എഴുതുന്നതാണ് വഴക്കം. എന്നാൽ സിനിമാപാട്ടിൽ കവിയുടെ ആവിഷ്കാരത്തിന് വലിയ പ്രാധാന്യമില്ല. സംഗീതത്തിനനുസരിച്ച് വാക്കുകളുടെ രൂപം മാറും. മൃദുലമായ പദങ്ങൾ കൊണ്ട് ട്യൂണിനെ പരിചരിക്കാനറിയണമെന്നതാണ് പാട്ടെഴുത്തിന്റെ അടിസ്ഥാനമെന്ന് റഫീക്ക് കരുതുന്നു.

കവിത ആത്മാവിഷ്കാരമാണെന്നും പാട്ട് അപ്ലൈഡ് പോയട്രിയാണെന്നും ഒ.എൻ.വി കുറുപ്പ് പറഞ്ഞത് റഫീക്ക് ഓർക്കുന്നു. കവിതയോളം സർഗ്ഗാത്മകത പാട്ടിലില്ല. ചില പാട്ടുകൾക്ക് മാത്രമാണ് സിനിമയിൽനിന്ന് വേറിട്ട് നിൽക്കാൻ കഴിയുന്നത്. 1967 ൽ ഇറങ്ങിയ 'നഗരമേ നന്ദി' എന്ന സിനിമയുടെ ഒരു പ്രിന്റുപോലും ഇന്നവശേഷിക്കുന്നില്ല. എന്നാൽ ആ സിനിമയിലെ "മഞ്ഞണിപ്പൂനിലാവിൽ..." എന്ന സുജാത പാടിയ ഗാനം ഇന്നും ആസ്വാദകരുടെ മനസ്സിൽ നിലനിൽക്കുന്നുണ്ട്. ∎

മരണമെത്തുന്ന നേരത്ത്

മരണവും പ്രണയവും തമ്മിലുള്ള സംഗമത്തിൽ മരണം മേൽക്കൈ നേടി. കവിത യേക്കാൾ പാട്ട് ബഹുദൂരം മുന്നോട്ട് പോയി

അതൊരു മരണമാസ് ആയിരുന്നു. ഏറെ പ്രണയ കവിതകൾ എഴുതിയിട്ടില്ലാത്ത റഫീക്ക് അഹ മ്മദിന്റെ പ്രണയത്തിൽ മുങ്ങിയ കവിത. മരണ മെത്തുന്ന നേരത്തും പ്രണയമെത്തണമെന്നാണ് കവിയുടെ ആഹ്വാനം. പ്രണയം അതിജീവനവും പുനർജീവനുമൊക്കെയാണ് കവിതയിൽ. സ്പിരിറ്റ് സിനിമയിൽ കവിയുടെ മരണരംഗവുമായി ബന്ധ പ്പെട്ട് ഉപയോഗിച്ചതുകൊണ്ടാകാം. കവിതയിലെ പ്രണയത്തേക്കാൾ മരണമാണ് ആസ്വദിക്കപ്പെട്ടത്.

മരണഗാനം പോലെയാണ് സിനിമയിൽ അത് അവതരിപ്പിച്ചത്. പാട്ട് ഹിറ്റായി. മരണവും

പ്രണയവും തമ്മിലുള്ള സംഗമത്തിൽ മരണം മേൽക്കൈ നേടി. കവിതയേക്കാൾ പാട്ട് ബഹുദൂരം മുന്നോട്ട് പോയി. ഭാഷാപോഷിണിയിൽ പ്രസിദ്ധീകരിച്ച കവിതയായിരുന്നു മരണമെത്തുന്ന നേരത്ത്.

ഒരു ദിവസം സംവിധായകൻ രഞ്ജിത്ത് വിളിക്കുന്നു. സ്പിരിറ്റ് സിനിമയിലേക്ക്. ഒരു കവിയുടെ മരണരംഗത്ത് ഉപയോഗിക്കാൻ നാലുവരി കവിത വേണം, എന്നതായിരുന്നു ആവശ്യം. നേരത്തെ പ്രസിദ്ധീകരിച്ച മരണമെത്തുന്ന നേരത്ത് അപ്പോഴേ നിർദേശിച്ചു. പോരെങ്കിൽ വേറെ എഴുതാം. അവർക്കത് ഇഷ്ടപ്പെട്ടു. കവിത മുഴുവനായും ഉപയോഗിച്ചു. ഷഹബാസ് അമനായിരുന്നു സംഗീതം. സിദ്ധാർത്ഥ് ഭരതന്റെ ഉള്ളുലയ്ക്കുന്ന ഭാവപ്പകർച്ച. ഉണ്ണി മേനോന്റെ ശബ്ദം. ഗതിമാറി ഒഴുകിയിട്ടും ഏറെദൂരം സഞ്ചരിച്ചു മരണമെത്തുന്ന നേരത്ത് എന്ന 'ഗാനം'. അത് കേട്ടിട്ട് ഇരുമ്പുകട നടത്തുന്ന ഒരാൾ റഫീക്ക് അഹമ്മദിന് ഒരു സൈക്കിൾ സമ്മാനമായി നൽകി. അയാളുടെ ജീവിതത്തിലെ വലിയൊരു മോഹസാക്ഷാത്കരമായിട്ടായിരുന്നു അത് ചെയ്തത്.

മരണസമയത്ത് അത് ചൊല്ലികേട്ട ആളുകളുണ്ട്. രോഗബാധിതനായി കിടക്കുമ്പോൾ അത് കേൾക്കണമെന്നാവശ്യപ്പെട്ടവരുണ്ട്. കവിയെ വിളിച്ച് ഫോണിലൂടെ അത് ചൊല്ലിക്കരഞ്ഞവരുണ്ട്. കവി വീണ്ടും പറയുന്നു. ലോകത്ത് പിടിച്ചു നിൽക്കാനുള്ള പിടിവള്ളികളിലൊന്നാണ് പ്രണയം, അതുപോലെ കവിതയും.

മരണം എന്ന സത്യവും അനിവാര്യതയും അതിനെ സാഹിത്യത്തിലെ പ്രധാനവിഷയങ്ങളിലൊന്നാക്കുന്നു. മനുഷ്യനാണ് ഏറ്റവും മരണഭയം അലട്ടുന്ന ജീവി. ശാസ്ത്രീയമായ കാഴ്ചപ്പാടുണ്ടെങ്കിലേ മരണഭയത്തെ സമചിത്തതയോടെ നേരിടാൻ കഴിയൂ. മരണത്തെ അതിജീവിക്കാനുള്ള മോഹത്തിന്റെ പേരാണ് അനശ്വരത. മരണാനന്തരത്തെക്കുറിച്ചുള്ള അജ്ഞതയാണ് മതങ്ങൾ മുതലെടുക്കുന്നത്. ജീവിതത്തേക്കാൾ മരണത്തേയും മരണാനന്തര ജീവിതത്തേയുമാണ് മതങ്ങൾ അഭിസംബോധന ചെയ്യുന്നത്.

മരണമെത്തുന്ന നേരത്ത്

മരണമെത്തുന്ന നേരത്തു നീയെന്റെ
അരികിലിത്തിരി നേരമിരിക്കണേ...
കനലുകൾ കോരി മരവിച്ച വിരലുകൾ
ഒടുവിൽ നിന്നെത്തലോടി ശമിക്കുവാൻ
ഒടുവിലായകത്തേക്കെടുക്കും ശ്വാസ-
കണികയിൽ നിന്റെ ഗന്ധമുണ്ടാകുവാൻ.
ഇനി തുറക്കേണ്ടതില്ലാത്ത കൺകളിൽ
പ്രിയതേ നിൻമുഖം മുങ്ങിക്കിടക്കുവാൻ.
ഒരു സ്വരംപോലുമിനിയെടുക്കാത്തൊരീ
ചെവികൾ നിൻ സ്വരമുദ്രയാൽ മൂടുവാൻ.
അറിവുമോർമയും കത്തും ശിരസ്സിൽ നിൻ
ഹരിത സ്വച്ഛസ്മരണകൾ പെയ്യുവാൻ.
അധരമാം ചുംബനത്തിന്റെ മുറിവു നിൻ
മധുരനാമജപത്തിനാൽ കൂടുവാൻ
പ്രണയമേ നിന്നിലേക്കു നടന്നൊരെൻ
വഴികളോർത്തെന്റെ പാദം തണുക്കുവാൻ.
അതുമതി ഉടൽ മൂടിയ മണ്ണിൽ നി-
ന്നിവനു പുൽക്കൊടിയായുർത്തെഴുന്നേൽക്കുവാൻ. ■

പ്രണയമാം നീർത്തുള്ളിയൂറി എൽസമ്മയും ഇടുക്കിയും

സംഗീതാസ്വാദനത്തിന്റെ ജനകീയമുഖം സിനിമാ സംഗീതമാണെന്ന തിരിച്ചറിവിന്റെ ഭൂമികയിലാണ് റഫീക്ക് അഹമ്മദ് എന്ന കവി

സംഗീതാസ്വാദനത്തിന്റെ ജനകീയമുഖം സിനിമാ സംഗീതമാണെന്ന തിരിച്ചറിവിന്റെ ഭൂമികയിലാണ് റഫീക്ക് അഹമ്മദ് എന്ന കവി. അതുകൊണ്ടുതന്നെ കവിതയേറെ കടന്നുചെല്ലാത്ത മലയോര ജീവിതത്തിന്റെ ഊഷരഭൂമിലേക്ക് കടന്നുചെല്ലാൻ കവിക്ക് ഏറെ ബദ്ധപ്പെടേണ്ടിവന്നിട്ടില്ല. ലാൽജോസിന്റെ 'എൽസമ്മ എന്ന ആൺകുട്ടി'യും ദിലീഷ് പോത്തന്റെ 'മഹേഷിന്റെ പ്രതികാര'വും ഇങ്ങനെ പിറന്നവയായിരുന്നു.

റബ്ബർതോട്ടങ്ങളും കുന്നിൻചെരിവുകളും പശ്ചാത്തലമാക്കിയാണ് എൽസമ്മയുടെ ജീവിതം.

രാജാമണിയുടെ സംഗീതം. തോട്ടം മേഖലയിലെ ജീവിതം വരികളിൽ അനുഭവപ്പെടണമെന്നായിരുന്നു സംവിധായകന്റെ ആവശ്യം. പ്രണയവും വിരഹവും കൂടെ നായകനായ പാലുണ്ണി പറയാതെ വെച്ച ഉള്ളിലെ സ്നേഹം, കാർഷികജീവിതത്തിന്റെ സൂചനകൾ എല്ലാം ചേർന്നപ്പോഴാണ്. "തോഴീ..." എന്ന പാട്ട് പിറക്കുന്നത്. അതിലെ " മുറിവുകളിൽ പാഴ്തരുവിനു പോലും/പ്രണയമാം നീർത്തുള്ളിയൂറി.."എന്ന വരികളിലെത്തുമ്പോൾ തോട്ടം തൊഴിലാളികളുടെ ജീവിതം പോലും അതിൽ പ്രതിഫലിക്കുന്നതു കാണാം.

ഇടുക്കിയുടെ തീർത്തും കാല്പനികമല്ലാത്ത, വന്യതയും കരുത്തുമൊത്ത പെൺകുട്ടിയായാണ് മഹേഷിന്റെ പ്രതികാരത്തിലെ ടൈറ്റിൽ സോങ് വരുന്നത്. പ്രകൃതിയോട് മല്ലിടുന്ന പെണ്ണിന്റെ സ്വാഭാവികമായ തന്റേടം 'മലമേലെ തിരിവെച്ച്... പെരിയാറിൻ തളയിട്ട്..."എന്ന പാട്ടിന് പ്രചോദനമായി. സിനിമയിൽ ഏറെ കണ്ടിട്ടില്ലാത്ത ഇടുക്കിയുടെ ഫ്ളേവർ ആ പാട്ടിൽ നിറഞ്ഞുനിന്നിരുന്നു. പുലർകാലത്തെ തണുപ്പും നിശ്ശബ്ദതയും പിന്നെപ്പതിയെ പിറന്ന്, കെട്ടഴിഞ്ഞു വീഴുന്ന പ്രകൃതിയുടെ ശബ്ദങ്ങളും പാട്ടിൽ ഭംഗിയായി വിന്യസിച്ചതോടെ പാട്ട് ശ്രദ്ധിക്കപ്പെട്ടു. ഹിറ്റായി മാറി.

പാട്ടിനുശേഷം കവിക്കും സംഗീതസംവിധായകനും ഇടുക്കിയിൽ സ്വീകരണം നൽകാൻ തീരുമാനിച്ചിരിക്കുന്നു. അത് പിന്നീട് താരനിശയായി മാറ്റി. ചടങ്ങ് നടന്നിരുന്നെങ്കിൽ ചരിത്രത്തിലെ അപൂർവ്വതകളിലൊന്നാകുമായിരുന്നു.

സംവിധായകന്റെ ആവശ്യപ്രകാരം എഴുതിയ 'സോൾട്ട് ആന്റ് പെപ്പറിലെ' 'ചെമ്പാവ് പുന്നെല്ലിൻ ചോറും...' ശ്രദ്ധേയമായിരുന്നു. കേരളത്തിന്റെ തനത് രുചികളെ കോർത്തിണക്കിയ പാട്ട് വേണമെന്നായിരുന്നു ആഷിക്ക് അബു ആവശ്യപ്പെട്ടത്. പാട്ട് സിനിമയുടേയും കഥാപാത്രങ്ങളുടേയും സ്വഭാവങ്ങൾ കൃത്യമായി രേഖപ്പെടുത്തി. ആസ്വാദകർ ഏറ്റെടുത്ത പാട്ട് സൂപ്പർ ഹിറ്റായി.

രമേഷ് നാരായണനുമായുള്ള രസതന്ത്രം ഗർഷോമിൽ തുടങ്ങിയതാണ്. 'ആദാമിന്റെ മകൻ അബു'വിലെ പാട്ടെഴുതാൻ സലീം അഹമ്മദും രമേഷ് നാരായണനും വിളിക്കുമ്പോൾ കോഴിക്കോടായിരുന്നു. ഒന്നര ദിവസം കൊണ്ടാണ് മൂന്നു പാട്ടുകൾ ചിട്ടപ്പെടുത്തിയത്. അത് രമേഷ് നാരായണനുമായുള്ള ഹൃദയബന്ധത്തിന്റെ ഫലമാണെന്നും റഫീക്ക് അഹമ്മദ് പറയുന്നു.

മലമേലെ തിരിവച്ച്
പെരിയാറിൻ തളയിട്ട്
ചിരിതൂകും പെണ്ണല്ലേ ഇടുക്കീ...
ഇവളാണിവളാണ് മിടുമിടുക്കി...
മലയാളക്കരയുടെ മടിശ്ശീല നിറക്കണ
നനവേറും നാടല്ലോ ഇടുക്കീ...
ഇവളാണിവളാണ് മിടുമിടുക്കി...
ഇവിടുത്തെ കാറ്റാണ് കാറ്റ്...
മലമൂടും മഞ്ഞാണ് മഞ്ഞ്...
കതിർ കനവേകും മണ്ണാണ് മണ്ണ്...

കുയിലുമല ചെരിവുകളിൽ
കിളിയാറിൻ പടവുകളിൽ
കുതിരക്കല്ലങ്ങാടി മുക്കിൽ...
ഉദയഗിരി തിരുമുടിയിൽ
പൈനാവിൽ വെണ്മണിയിൽ
കല്ലാറിൻ നനവോലും കടവിൽ...
കാണാമവളേ... കേൾക്കാമവളേ...
കനകപ്പൂങ്കൊളുന്തൊത്ത പെണ്ണ്...
നറുചിരി കൊണ്ട് പുതച്ചിട്ട് മിഴിനീരും മറച്ചിട്ട്
കനവിൻ തൈ നട്ടുണരും നാട്...
നെഞ്ചിലലിവുള്ള മലനാടൻ പെണ്ണ്...

മലമേലെ തിരിവച്ച്
പെരിയാറിൻ തളയിട്ട്
ചിരിതൂകും പെണ്ണല്ലേ ഇടുക്കീ...
ഇവളാണിവളാണ് മിടുമിടുക്കി...

കുറുനിരയിൽ ചുരുൾ മുടിയിൽ
പുതു കുറുഞ്ഞി പൂ തിരുകും

മൂന്നാറിൻ മണമുള്ള കാറ്റ്...
പാമ്പാടും പാറകളിൽ
കുളിരുടുമ്പൻ ചോലകളിൽ
കൂട്ടാറിൽ പോയി വരും കാറ്റ്...
പോരുന്നിവിടേ... ചായുന്നിവിടേ...
വെടിവട്ടം പറയുന്നുണ്ടിവിടേ...
അവൾ തൊടിയെല്ലാം നനച്ചിട്ട്
തുടു വേർപ്പും തുടച്ചിട്ട്
അരയിൽ കൈ കുത്തി നിൽക്കും പെണ്ണ്...
നല്ല മടവാളിൻ ചുണയുള്ള പെണ്ണ്...

മലമേലെ തിരിവച്ച്
പെരിയാറിൻ തളയിട്ട്
ചിരിതൂകും പെണ്ണല്ലേ ഇടുക്കി...
ഇവളാണിവളാണ് മിടുമിടുക്കി...
മലയാളക്കരയുടെ മടിശ്ശീല നിറയ്ക്കണെ
നനവേറും നാടല്ലോ ഇടുക്കീ...
ഇവളാണിവളാണ് മിടുമിടുക്കി...
ഇവിടുത്തെ കാറ്റാണ് കാറ്റ്...
മലമൂടും മഞ്ഞാണ് മഞ്ഞ്...
കതിർ കനവേകും മണ്ണാണ് മണ്ണ്... ■

ബീഡിവലിയിലെത്തിയ മാമ്പൂമണം

മദിച്ച മാമ്പൂമണം റഫീക്ക് അഹമ്മദ് കവിതയിൽ ചൂഴ്ന്നു നിൽക്കുന്ന പതിവു കല്പനകളിലൊന്നാണ്

മദിച്ച മാമ്പൂമണം റഫീക്ക് അഹമ്മദ് കവിതയിൽ ചൂഴ്ന്നു നിൽക്കുന്ന പതിവു കല്പനകളിലൊന്നാണ്. 'അലഞ്ഞുതിരിയുന്ന കവിത' വന്നവസാനിക്കുന്നത് ഇതേ മദിച്ച മാമ്പൂമണത്തിലാണ്. എന്നാൽ പാട്ടിലൊരിക്കൽ ഇതേ വാക്ക് പ്രയോഗിക്കാനുള്ള കവിയുടെ ശ്രമം പരാജയപ്പെടുകയായിരുന്നു.

ഗുണ്ടയായ കഥാപാത്രം കള്ളുഷാപ്പിൽ താളമടിച്ച് പാടുന്നതായിരുന്നു സിറ്റുവേഷൻ. സംവിധായകൻ സീൻ വിവരിച്ചു. കവി ട്യൂണിനൊത്ത് വരികൾ പറഞ്ഞു തുടങ്ങി. പറഞ്ഞു പറഞ്ഞ് അവസാനം 'മദിച്ച മാമ്പൂ മണം' എന്ന വാക്കിലെ

ത്തിയപ്പോൾ സംവിധായകൻ 'കട്ട്'പറഞ്ഞു. ചർച്ച നിലച്ചു.

മദിച്ച മാമ്പൂ മണം. സാധാരണക്കാർക്ക് ദഹിക്കില്ല, ഉൾക്കൊള്ളില്ല. ഗുണ്ടയുടെ കള്ളുകുടിപ്പാട്ടിൽ അത്ര സാഹിത്യഭംഗിയുള്ള വാക്ക് കടന്നുവരില്ല... വാക്ക് മാറ്റിയേ തീരു എന്നായി സംവിധായകൻ. അവസാനം കവി വഴങ്ങി. മദിച്ച മാമ്പൂമണത്തിന്റെ ഉന്മാദത്തിനു പകരം 'മുറിഞ്ഞ ബീഡിക്കുറ്റി വലിച്ച്' എന്നാക്കിയതോടെ സംവിധായകനും സംഘവും ഹാപ്പിയായി.

സിറ്റുവേഷനുവേണ്ടി വാക്കുകൾ തിരയുമ്പോൾ ആവശ്യമായത് നൽകുക എന്ന ഒത്തുതീർപ്പ് മാത്രമേ പാട്ടെഴുത്തിൽ മുന്നോട്ട് കൊണ്ടു പോകാനാവൂ. ഗുണ്ടയും തൊഴിലാളിയും ഓട്ടോഡ്രൈവറുമെല്ലാം സ്വയം എഴുതിയല്ല പാടുന്നതെന്നും പാട്ടുണ്ടാക്കുന്നതെന്നുമുള്ള സാമാന്യയുക്തി പാടെ അവഗണിച്ചാണ് നമ്മുടെ സിനിമക്കാർ ലളിതവും അതിലളിതവുമായ പദങ്ങളും വാക്കുകളും തേടിപ്പോകുന്നത്. ഗഹനമായ അർത്ഥതലങ്ങൾ അവർ ആവശ്യപ്പെടുന്നേയില്ല. പലപ്പോഴും നിരർത്ഥകമായ പദങ്ങളും ശബ്ദങ്ങളും ചേർത്തുവെക്കുന്നത് അവരെ അലോസരപ്പെടുത്തുന്നതേയില്ല.

"അതൊന്നും അവർക്ക് മനസ്സിലാവില്ല, ആസ്വദിക്കാൻ പറ്റില്ല, ആവശ്യമില്ല..." പാട്ടെഴുത്തുകാർ സിനിമാചർച്ചകളിൽ ഏറ്റവുമധികം കേൾക്കേണ്ടിവരുന്ന വാക്കുകളാണിവ. ആസ്വാദകരെ പ്രത്യേകിച്ച് യുവജനങ്ങളെ മുൻവിധിയോടെ സമീപിക്കുന്നവരാണ് ഇതിന്റെ പ്രയോക്താക്കൾ. നിർഭാഗ്യമെന്തെന്നാൽ നമ്മുടെ 'ന്യൂജെൻ' സിനിമാക്കാർ ഏറെയും അത്തരക്കാരാണ്. അവർ യുവാക്കളെ അണ്ടർ എസ്റ്റിമേറ്റ് ചെയ്യുന്നു. മുൻവിധിയോടെ തള്ളിക്കളയുന്നു.

സിനിമാപാട്ട് കാലിഡോസ്കോപ്പ് കാഴ്ച്ച പോലെയാണ്. നല്ല വാക്കുകൾ, മിഴിവും ഭംഗിയുമുള്ളവ. അവ കുഴലിട്ട് തിരിക്കുമ്പോൾ രൂപം മാറി മാറി വ്യത്യസ്തമായ കാഴ്ചാനുഭവങ്ങൾ നൽകുന്നു.

ഈണത്തിനനുസരിച്ച് പാട്ടെഴുതുമ്പോൾ മലയാളം വാക്കുകൾ തന്നെ വേണമെന്ന് പലർക്കും നിർബന്ധമില്ലാത്ത അവസ്ഥയുണ്ട്. ഭംഗിയും കാവ്യാംശവുമുള്ള വാക്കുകൾ കൊണ്ട് സംഗീതത്തെ പരിചരിക്കുന്നതാണ് റഫീക്ക് അഹമ്മദിന്റെ രീതി. തമിഴ്പോലെ റിഥമിക് ആയ ഭാഷയിൽ താളാത്മകത കൊണ്ട് വാക്കിനെയും ഭാഷയെയും വരെ മറികടക്കാനാവും. എന്നാൽ മലയാളത്തിന്റെ അവസ്ഥ അതല്ല. കാവ്യാംശമില്ലാത്ത ഒരു വാക്കു മതി കവിതയിലോ പാട്ടിലോ അതെടുത്തു നിൽക്കുമെന്നാണ് റഫീക്ക് അഹമ്മദിന്റെ രചനാ സമ്പ്രദായം പറയുന്നത്.

സിനിമാക്കാർ ആസ്വാദകരെ അണ്ടർ എസ്റ്റിമേറ്റ് ചെയ്യുന്നു എന്നു തറപ്പിച്ചു പറയുന്ന കവിക്ക് അതിന് നിദാനമായ ഒരു സംഭവവും ചേർത്തു പറയാനുണ്ട്.

ഒരിക്കൽ ഒരു ചർച്ച, സംവിധായകൻ ആവശ്യം ആദ്യമേ മുന്നോട്ട് വെച്ചു; 'വലിയ സാഹിത്യ ഭംഗിയുള്ള വാക്കുകൾ ഒഴിവാക്കണം. സാധാരണക്കാർക്ക് എളുപ്പത്തിൽ പ്രാപ്യമായ പദങ്ങളും വാക്കുകളും മതി." മതി, അതുമതി. പാട്ട് കഴിഞ്ഞ് പുറത്തിറങ്ങിയ കവി റോഡരികിൽ നിന്നൊരു ഓട്ടോ റിക്ഷയിൽ കയറി. രസികനായിരുന്നു ഓട്ടോ ഡ്രൈവർ, യാത്രക്കാരനെ അറിഞ്ഞോ, അറിയാതെയോ സന്തോഷിപ്പിക്കുന്നതിന്റെ ഭാഗമായി അയാളുടെ ചുണ്ടിൽ ചിരപരിചിതത്വത്തിന്റെ ചിരിയുണ്ട്, കൂടെ പാട്ടും.

" പ്രളയപയോധിയിൽ ഉറങ്ങിയുണർന്നൊരു
പ്രഭാമയൂഖമേ കാലമേ..."

സാധാരണക്കാരന് മനസ്സിലാവില്ലെന്ന മുൻവിധിയോടെ കാവ്യാംശമുള്ള വാക്കുകളെ നിരസിക്കുന്നവർക്കുള്ള മറുപടിയായിട്ടാണ് കവിക്ക് ഈ സംഭവം അനുഭവപ്പെട്ടത്.

ഏറ്റവും സാധാരണക്കാരനായ ഓട്ടോഡ്രൈവർ പോലും നിരൂപണ ബുദ്ധിയോടെയും വിമർശനാത്മകമായും സിനിമ കാണുന്ന നാടാണ് നമ്മുടെ.

പാട്ടിലെ കവിതയും സംഗീതവും സൂക്ഷ്മമായി വിശകലനം ചെയ്യുകയും അതിന്റെ ശാസ്ത്രീയവശങ്ങളിൽ തങ്ങൾക്കുള്ള പരിജ്ഞാനം അഭിമാനപൂർവ്വം കൊണ്ടുനടക്കുകയും ചെയ്യുന്ന സമൂഹത്തെ അണ്ടർ എസ്റ്റിമേറ്റ് ചെയ്യുന്ന സിനിമാക്കാർ ഒന്നോർക്കുന്നത് നന്നായിരിക്കും. ഇവിടെ ജയവും പരാജയവും മുൻകൂട്ടി നിശ്ചയിക്കാനാവില്ല. സ്വീകാര്യതയും അസ്വീകാര്യതയും പ്രവചിക്കാനുമാവില്ല. പാട്ടെഴുത്തിൽ ചെയ്യാനുള്ളത് പ്രണയവും ഭക്തിയും ലഹരിയും താരാട്ടുമെല്ലാം സ്വാംശീകരിച്ച് എഴുതുക എന്നതു മാത്രമാണ്.

ലാപ്ടോപ്പ്, ഡിനോവ, കളിയച്ഛൻ തുടങ്ങിയ സിനിമകളിലെ മികച്ച ഗാനങ്ങൾ വേണ്ടത്ര ആസ്വാദകരിലേക്കെത്താതിരുന്നത് രചനയുടേയോ സംഗീതത്തിന്റേയോ സിനിമയുടെ കലാമൂല്യത്തിന്റെയോ കുറവു കൊണ്ടല്ല. മറിച്ച് സിനിമ എന്ന മാധ്യമത്തിന്റെ പ്രശ്നം കൊണ്ടാണ്. ഇതേ പ്രശ്നത്തിന്റെ മറുപുറമാണ് ഡോക്ടർ-പേഷ്യന്റ് എന്ന സിനിമയിലെ ഗാനത്തിനും സംഭവിച്ചത്. ഗാനരംഗത്തിന്റെ പോരായ്മകളാണെന്നു തോന്നുന്നു, ഏറെ പ്രതീക്ഷയുണ്ടായിരുന്ന പാട്ടുകളെ പരാജയത്തിലെത്തിച്ചത്. ■

ദക്ഷിണാമൂർത്തിയും ഇളയരാജയും

സംഗീത സംവിധായകരുമായുള്ള ബന്ധത്തിലെ ഊഷ്മളത രചനയ്ക്ക് പ്രധാനമാണെന്നാണ് റഫീക്ക് അഹമ്മദ് പറയുന്നത്

സംഗീതസംവിധായകരുമായുള്ള ബന്ധത്തിലെ ഊഷ്മളത രചനയ്ക്ക് പ്രധാനമാണെന്നാണ് റഫീക്ക് അഹമ്മദ് പറയുന്നത്. ചില സംഗീത സംവിധായകർക്ക് പാട്ടിൽ കാവ്യാത്മകത നിർബന്ധമാണ്. പാട്ടിലെ ഒരു വരിക്കോ വാക്കിനോ പോറലേൽക്കുന്നത് അവർക്ക് സഹിക്കില്ല. ഇന്ന് എഴുതുന്നവനും ഈണമുണ്ടാക്കുന്നവനും പാടുന്നവരും വ്യത്യസ്തയിടങ്ങളിലിരുന്നാണ് അവരവരുടെ ജോലികൾ നിർവഹിക്കുന്നത്. എന്നിരുന്നാലും ചില സംഗിത സംവിധായകർ നൽകുന്ന പിന്തുണ എഴുത്തിനേറെ ഗുണം ചെയ്യും. ചില ഈണങ്ങൾ

എഴുതാൻ നന്നായി പ്രചോദിപ്പിക്കും. ഗ്രാമീണ പശ്ചാത്തലം ഏറെ തന്മയീഭവിച്ച് എഴുതാൻ സാധിക്കുന്നതാണ്.

ദക്ഷിണാമൂർത്തിസ്വാമിയും ഇളയരാജയും മുതൽ എം. ജയചന്ദ്രൻ, ഗോപിസുന്ദർ, ബിജിപാൽ വരെയുള്ളവരുമായി നല്ല അടുപ്പമുണ്ട്. രമേഷ് നാരായണവുമായുള്ള രസതന്ത്രം ആദ്യസിനിമ മുതലുള്ളതാണ്. ഔസേപ്പച്ചനും മോഹൻ സിത്താരയും ഷഹബാസ് അമനോടുമൊത്തുള്ള രചനകൾക്ക് സംസ്ഥാന സിനിമാ അവാർഡിന്റെ അംഗീകാരം കൂടി ലഭിച്ചതാണ്.

ദക്ഷിണാമൂർത്തിസ്വാമി സംഗീതത്തിന്റെ ലോകത്ത് മാത്രം ജീവിക്കുന്ന ആളായിരുന്നു. 'ശ്യാമരാഗം' എന്ന ഇനിയും പുറത്തുവന്നിട്ടില്ലാത്ത സിനിമയിലായിരുന്നു സ്വാമിക്കൊപ്പം പാട്ടെഴുതിയത്. ആ സിനിമയിൽ റഫീക്ക് മൂന്ന് പാട്ടുകളെഴുതി. വരികളെഴുതിക്കൊടുത്താൽ പാട്ടാക്കി മാറ്റുന്നതാണ് ദക്ഷിണാമൂർത്തിയുടെ ശൈലി. ഏറെ ഭയഭക്തി ബഹുമാനങ്ങളോടെ വരികളെഴുതി നൽകി. അദ്ദേഹം വലിയ സന്തോഷത്തോടെയാണ് ഈണമിട്ടത്. തൊണ്ണൂറുകൾ പിന്നിടുകയായിരുന്നു അദ്ദേഹം. "നമുക്കിനിയും പാട്ടുകൾ ചെയ്യണം. പുതിയൊരു കൂട്ടുകെട്ടുണ്ടാക്കണം..." സ്വന്തം വാർദ്ധക്യത്തെപോലും പരിഹസിക്കുന്ന വിധമുള്ള സ്വാമിയുടെ വാക്കുകളിൽ കേട്ടത് സംഗീതത്തോടുള്ള അദ്ദേഹത്തിന്റെ അഭിനിവേശമായിരുന്നു എന്നാണ് റഫീക്ക് അഹമ്മദിന്റെ പക്ഷം. ഒരിക്കലൊരു പ്രമുഖചാനലിന്റെ താരനിശയിൽ ദക്ഷിണാമൂർത്തി സ്വാമിക്കൊപ്പം പങ്കെടുത്തതും റഫീക്ക് അഹമ്മദ് ഓർക്കുന്നു. താരതിളക്കവും പകിട്ടും ആർഭാടവും നിറഞ്ഞ അന്തരീക്ഷത്തിൽ സ്വാമിയെ ആദരിക്കുന്നു. മലയാളസിനിമയുടെ പ്രാരംഭം മുതലുള്ള ആളാണല്ലോ. സ്വാമിയുടെ വാക്കുകൾക്ക് സദസ്സും വേദിയും കാതോർക്കുന്ന സമയം. പ്രായമേശാത്ത ശബ്ദത്തിൽ ദക്ഷിണാമൂർത്തി സ്വാമി

പറയുന്നു; "സർവ്വചരാചരങ്ങൾക്കും എന്റെ പ്രണാമം" ചടങ്ങിന്റെ പകിട്ടുകളെല്ലാം നിഷ്പ്രഭ മാക്കിക്കളഞ്ഞു ആ വാക്കുകൾ എന്നാണ് ആ സമയം റഫീക്ക് അഹമ്മദിന് തോന്നിയത്.

സത്യൻ അന്തിക്കാടിന്റെ 'സ്നേഹവീട്' എന്ന സിനിമയിലാണ് ഇളയരാജയോടൊപ്പം പ്രവർത്തിക്കുന്നത്. തമിഴർ ദൈവതുല്യനായി കാണുന്നയാളാണ് ഇളയരാജ. ദക്ഷിണേന്ത്യൻ സംഗീതത്തിന്റെ മുടിചൂടാ മന്നൻ. തമിഴിൽ കവിതയെഴുതുന്ന ഇളയരാജയ്ക്ക് മലയാളം നന്നായി അറിയാം. അതു കൊണ്ടുതന്നെ രചനയിലെ കാവ്യാംശം തിരിച്ചറിയുന്നതിനുള്ള അദ്ദേഹത്തിന്റെ സിദ്ധിയും അപാരമാണ്. സ്നേഹ വീടിലെ 'ആവണിത്തുമ്പി' സൂപ്പർ ഹിറ്റായിരുന്നു. ശ്രേയാഘോഷാലിന്റെ ആലാപനം അപൂർവ്വതകളിൽ അപൂർവ്വമെന്നു പറയാതെ വയ്യ.

രതീഷ് വേഗക്കൊപ്പമുള്ള 'റൺ ബേബി റൺ' ഹിറ്റുകളിലെ അപൂർവ്വതകളിലൊന്നാണെന്ന് റഫീക്ക് അഹമ്മദ് പറയുന്നു. മോഹൻലാൽ പാടിയ 'ആറ്റുമണൽ പായയിൽ' ഏറ്റുപാടാത്ത മലയാളികളുണ്ടാവില്ല. 'താൻ പാടിയതിൽ ഏറ്റവും ഇഷ്ടപ്പെട്ട പാട്ടാണ് ആറ്റുമണൽ പായയിൽ' എന്ന ലാലേട്ടന്റെ വാക്കുകൾ വലിയ അംഗീകാരമായി കവി മനസ്സിൽ കരുതിവെക്കുന്നുണ്ട്. ∎

ആധികളുടെ ജീവിതം വഴിത്തിരിവുകളുടെയും

> കവി സ്വന്തം ജീവിതത്തെ വിളിക്കുന്നത് 'ആധികളുടെ പുസ്തകം' എന്നാണ്.

കവി സ്വന്തം ജീവിതത്തെ വിളിക്കുന്നത് 'ആധികളുടെ പുസ്തകം' എന്നാണ്. സർക്കാർ ജോലിയുടെ സുരക്ഷിതത്വത്തിലും പലവിധ ആധികൾ അലട്ടുന്ന ജീവിതമായിരുന്നു റഫീക്കിന്റേത്. ഈ ആധികളിൽ നിന്നായിരുന്നു കവിയുടെ കവിതകൾ പിറവികൊണ്ടത്.

പണയം, രോമം, പിന്നെയെങ്ങനെ, കസേര, തെങ്ങ്, സൂര്യപുത്രി, ശിവകാമി... അങ്ങനെ റഫീക്കിന്റെ ഓരോ കവിതയും പലതരത്തിലുള്ള ആധികളുടെ ഉപോത്പന്നങ്ങളായിരുന്നു.

മനുഷ്യന്റെയുള്ളിലെ ജന്തുസഹജമായ ഹിംസവാസനയുടെ പർവ്വതീകരണമെന്ന നിലയിൽ

യുദ്ധത്തെ നിന്ദനീയമെന്ന് വിശേഷിപ്പിക്കുന്നു 'രോമം' എന്ന കവിതയിൽ. സംസ്കാരത്തിന്റെ റിവേഴ്സ് ഗിയറിലുള്ള സഞ്ചാരമാണ് യുദ്ധങ്ങൾ. ഹിംസയും അനാഥത്വവും കണ്ണീരും മാത്രമാണ് ഓരോ യുദ്ധങ്ങളും അവശേഷിപ്പിക്കുന്നത്. യുദ്ധത്തിന്റെ കാരണങ്ങളും അനന്തരഫലങ്ങളും കവിയുടെ ആധികളിൽപ്പെടുന്നു.

അധികാരം എന്ന പ്രതിഭാസം നിലനിൽക്കുന്നിടത്തോളം യുദ്ധങ്ങളും ഹിംസയും നിലനിൽക്കും. കാലങ്ങളായി മനുഷ്യന്റെ ബുദ്ധിയും ചിന്തയും സമ്പത്തും ഏറ്റവുമധികം ചെലവഴിക്കുന്നത് "എങ്ങനെ കൊല്ലാം" എന്നതിനു വേണ്ടിയാണ്.

യുദ്ധത്തിന്റെ സകല ആദർശവൽക്കരണത്തേയും തകർക്കുന്നു രോമം എന്ന കവിത. അതിർത്തിയിൽ കണ്ടുമുട്ടുന്ന പൂച്ചകളുടെ ഏറ്റുമുട്ടൽ പോലെയാണ് കവിതയിൽ യുദ്ധം. അത്രമേൽ അകാരണം, നിസ്സാരം. "പീരങ്കി, തോക്ക്, കവചിത വാഹനവ്യൂഹം, വിമാനം, ചോടുറപ്പിച്ച സൈനികർ. എല്ലാം പെരിയൊരു പൂച്ച തന്നുചലിലെ ജാഗ്രതാ ഭരിതം നിവർന്നൊരു രോമങ്ങളെന്ന പോൽ..." എന്ന് കവി പാടുന്നു.

കവിതയ്ക്കപ്പുറം സ്വപ്നങ്ങളെ ജീവിതത്തിലേക്കു പകർത്തുന്ന കവിക്ക് മതവും രാഷ്ട്രീയവും പ്രണയവും കലാപങ്ങളും രതിയും സ്വന്തം പ്രതിച്ഛായയുമെല്ലാം മനസ്സിന്റെ ആധികളിൽ കടന്നുവരുന്നു.

ആധികൾ കവിതകളിൽ മാത്രമല്ല വ്യക്തി ജീവിതത്തിലും ഔദ്യോഗിക ജീവിതത്തിലും കവിയെ പിന്തുടരുന്നുണ്ട്. ഇ.എസ്.ഐ കോർപ്പറേഷനിലെ ഗുമസ്തനായിരുന്ന കവിയുടെ ഔദ്യോഗികവൃത്തിയിൽ നിന്നാണ് 'കസേര' എന്ന കവിതയുടെ ജനനം. ഗുമസ്തന്റെ ഏറ്റവും വലിയ ശാരീരികാനുഭവം ഇരിപ്പാണ്. കസേരയുടെ മാറ്റമാണ് കവിയുടെ ഔദ്യോഗിക ജീവിതത്തിലെ പ്രധാന മാറ്റം. എൽ.ഡി ക്ലാർക്കിന്റെ കസേരയിൽ നിന്ന് യു.ഡി ക്ലാർക്കിന്റെ കസേരയിലേക്ക്...! ആ മാറ്റം ഒരു ഗുമസ്തനെ സംബന്ധിച്ച് സുപ്രധാനമാണ്. സർക്കാർ ജോലി കവിയെ സംബന്ധിച്ച് ജീവിതത്തിലെ ദിശനിർണ്ണയിച്ച വഴിത്തിരിവ് കൂടിയാണ്.

ഇരുപത്തിയഞ്ചാം വയസ്സിലായിരുന്നു അത്. പ്രമുഖ ദിനപത്രത്തിലേക്ക് ലേഖകനാവാൻ അവസരം വന്നു. റഫീക്ക് ഓഫീസിൽ ചെന്നു. ഒരു ലേഖനമെഴുതി നൽകാൻ പറഞ്ഞു. അപ്പോൾ തന്നെ എഴുതിക്കൊടുത്തു. അത് വായിച്ചശേഷം അവർ ലേഖകനായി തിരഞ്ഞെടുക്കുകയും ചെയ്തു. എന്നാൽ അതേ സമയത്തു തന്നെയാണ് പി.എസ്.സി നിയമനം ലഭിക്കുന്നത്. 1987ൽ അളഗപ്പനഗറിലായിരുന്നു പോസ്റ്റിങ്. അന്ന് പത്രപ്രവർത്തനം തിരഞ്ഞെടുത്തിരുന്നെങ്കിൽ റഫീക്ക് അഹമ്മദ് എന്ന കവി ഉണ്ടാകുമായിരുന്നില്ല.

ചെറുപ്പത്തിൽ ചിത്രംവരയിലായിരുന്നു കൊച്ചു റഫീക്കിന് കമ്പം. സ്കൂളിൽ പതിവായി സമ്മാനം കിട്ടിയിരുന്നത് പടംവരച്ചായിരുന്നു. മുതിർന്നപ്പോഴും ചിത്രരചന കൂടെയുണ്ടായിരുന്നു. പ്രത്യേകിച്ച് കാർട്ടൂൺ. പ്രീ ഡിഗ്രി പഠനവും തോൽവിയും ആദ്യത്തെ വഴിത്തിരിവായിരുന്നു. പ്രീഡിഗ്രി ആദ്യശ്രമത്തിൽ വിജയിച്ചിരുന്നെങ്കിൽ ഇന്നത്തെ റഫീക്ക് ഒരു പക്ഷേ മറ്റൊന്നാകുമായിരുന്നു.

ചിത്രരചനയിലെ താത്പര്യം ആ വഴിക്കും ചിന്തിപ്പിച്ചു. തൃശ്ശൂർ ഫൈൻ ആർട്സ് കോളേജിൽ ചേരാനായിരുന്നു തീരുമാനം. പ്രവേശനത്തിന് ചെന്നപ്പോൾ അവർ ഒരു താമരയുടെ ചിത്രം തന്ന് അതിന്റെ നാലിരട്ടി വലിപ്പത്തിൽ വരയ്ക്കാൻ ആവശ്യപ്പെട്ടു. റഫീക്ക് അത് വരച്ചു നോക്കി. പക്ഷേ, അത് വരയ്ക്കേണ്ടത് അങ്ങനെയായിരുന്നില്ല. തരുന്ന ചിത്രത്തെ തുല്യ അളവിലുള്ള ചതുരക്കള്ളികൾ വരച്ച്, അതിൽ വേണമായിരുന്നു വരയ്ക്കാൻ. അത് പരിശീലനം ലഭിച്ചവർക്കേ സാധിക്കൂ. അതിനുശേഷമേ അങ്ങനെ വരയ്ക്കാൻ നിർദ്ദേശിക്കാവൂ. അങ്ങനെ ഫൈൻആർട്സ് കോളേജ് പഠനം അടഞ്ഞ അധ്യായമായി. അന്ന് ആ പ്രവേശനം ലഭിച്ചിരുന്നെങ്കിൽ ഇന്ന് മറ്റൊരു റഫീക്ക് അഹമ്മദായേനെ. ■

ആവാസ വ്യവസ്ഥ നഷ്ടപ്പെട്ട ആൺമയിൽ

അസ്വാഭാവികമായ ലോകത്ത് കവി അസ്വസ്ഥനായലയുന്ന ആൺമയിൽ പോലെ

തൊടിയിലും പറമ്പിലും പതിവായെത്തുന്നു ഒരാൺമയിൽ. മനോഹരം എന്നതിനൊപ്പം ആ കാഴ്ച വേദനാജനകവുമാണ് കവിക്ക്. കാടിനുപുറത്ത് സ്വന്തം ആവാസവ്യവസ്ഥ വെടിഞ്ഞ് നാട്ടിലിറങ്ങേണ്ടി വന്ന മയിൽ താൻ തന്നെയാണെന്ന് കവിക്ക് തോന്നാറുണ്ട്. നാഗരികതയിൽ കൃത്രിമമായ മനുഷ്യജീവിതത്തിന് ചേർച്ചക്കേടും അസ്വാഭാവികതയുമുണ്ട്. അസന്തുഷ്ടിയാണ് അതിന്റെ മുഖമുദ്ര. സ്വയം യാന്ത്രികമായ ജീവിതം. അസ്വാഭാവികമായ, യന്ത്രവിധേയമായ ലോകത്ത് കവി അസ്വസ്ഥനായലയുന്ന ആൺമയിൽ പോലെ.

യന്ത്രങ്ങളും സാങ്കേതികവിദ്യയുമില്ലാത്ത ഒരു ലോകം ഇനി അചിന്ത്യമാണ്. അസാധ്യവുമാണ്.

യന്ത്രവൽകൃതമായ ലോകത്ത് സ്വന്തം നൈസർഗ്ഗീകമായ വാസനകളിൽ നിന്ന് സ്വയം ബഹിഷ്കൃതനായലയുന്ന കവി. വന്യപ്രകൃതികൾ വെടിഞ്ഞ് നാട്ടിലിറങ്ങേണ്ടി വന്ന മയിലിനോട് താദാത്മ്യം കണ്ടെത്തുന്നു. ആ മയിൽ അസംതൃപ്തനാകാം. അസഹിഷ്ണുവാകാം പലപ്പോഴും സ്വന്തം സ്വത്വം പോലും കൈമോശം വന്ന് അലയുന്നവനാകാം. കവിയും അങ്ങനെത്തന്നെ.

മനുഷ്യന്റെ നാഗരിക ജീവിതത്തിന് തുച്ഛമായ കാലയളവ് മാത്രമാണ് അവകാശപ്പെടാനുള്ളത്. മനുഷ്യന്റെ ആവിർഭാവത്തിന് ഏറിയാൽ ഇരുപത്തഞ്ചു ലക്ഷം വർഷത്തെ പഴക്കം കാണും. പ്രകൃതി മനുഷ്യന്റെ അസ്ഥിത്വത്തിന്റെ ഭാഗം തന്നെയാണ്. അതുകൊണ്ടു തന്നെ പ്രകൃതിയിൽ ചേർന്നു നിൽക്കുന്തോറും നമ്മൾ സവിശേഷമായമായ ഒരു ആന്തരിക സൗഖ്യം അനുഭവിക്കും. ഈ മനുഷ്യനെ സമൂഹത്തിന്റെ വെറും വിധേയനാക്കുകയാണ് നാഗരികതകൊണ്ട് ഉദ്ദേശിക്കുന്നത്.

പ്രകൃതിയിൽ വലയം പ്രാപിക്കേണ്ട മനുഷ്യനെ കുടുംബം, ബന്ധങ്ങൾ, ഭരണകൂടം, മതം അങ്ങനെ ഓരോന്നും സ്വന്തം നിയമാവലികൾ കൊണ്ട് നിസ്സാരവൽക്കരിക്കുന്നു. പ്രകൃതിയുടെ നിയമങ്ങൾക്കു പകരം മനുഷ്യ നിർമ്മിതികളായ ചട്ടങ്ങൾ പ്രാബല്യത്തിൽ വന്നുകഴിഞ്ഞിരിക്കുന്നു. മിക്കവാറും മനുഷ്യന്റെ സ്വാർത്ഥതയിൽ നിന്നുയിർകൊണ്ട നിയമവ്യവസ്ഥകൾക്കും സദാചാര സങ്കല്പങ്ങൾക്കും മുന്നിൽ മനുഷ്യന് ആവാസവ്യവസ്ഥ വിട്ടിറങ്ങിയ മയിലിനെപ്പോലെ അലഞ്ഞുതിരിയേണ്ടി വരികയാണ്.

ഇത്തരം ഉത്കണ്ഠകൾ അഥവാ ആധികൾ കൊണ്ടെഴുതിയവയാണ് 'യന്ത്രബന്ധനം', 'കഴുതയും കമ്പ്യൂട്ടറും', 'പ്രാർത്ഥന, പുതിയത്' തുടങ്ങിയ കവിതകൾ. കസേര, ആനച്ചുരുക്കം, ബോൺസായ് തുടങ്ങിയ കവിതകൾ നാഗരികത നിസ്സാരീകരിക്കുന്ന മനുഷ്യനെക്കുറിച്ചുള്ളവയാണ്. ∎

ദൈവമെന്ന മനുഷ്യ സൃഷ്ടിയെക്കുറിച്ച്

മുസ്ലീമേതര ചുറ്റുപാടുകളിൽ നിന്നാണ് റഫീക്ക് അഹമ്മദ് എന്ന കവിയുണ്ടായത്

മനുഷ്യമനസ്സിന്റെ പരിമിതികളുടേയും പരാധീനതകളുടേയും സൃഷ്ടിയാണ് ദൈവം. മനുഷ്യ മസ്തിഷ്കത്തിൽ രൂപം കൊണ്ട ഒരാശയം എന്നാണ് റഫീക്ക് അഹമ്മദിന്റെ ഈശ്വര സങ്കല്പം. മനുഷ്യന്റെ ചിന്തയ്ക്കും പ്രവൃത്തിക്കും പ്രപഞ്ചത്തിന്റെ ഗതിവിഗതികളിൽ വലിയ പ്രാധാന്യമില്ല. അധികാരഘടനയും രാഷ്ട്രീയരൂപവുമായ മതത്തിൽ ആത്മീയതയ്ക്കും ദൈവത്തിനും വലിയ പ്രസക്തിയില്ല. സംഘടിതരായി ജീവിക്കാനും അതിലൂടെ ഗുണപരമായ നേട്ടങ്ങൾ നേടിയെടുക്കാനുമുള്ള മനുഷ്യസഹജമായ കുറുക്കുവഴിയിൽ നിന്നാണ് മതത്തിന്റെ പിറവി. മതങ്ങളും മത

ഗ്രന്ഥങ്ങളും പറയുംവിധമുള്ള ദൈവ സങ്കല്പം മനുഷ്യഭാവനയുടെ ബാല്യദശയിൽ ഉരുത്തിരിഞ്ഞ താണെന്ന് കവി ഉറച്ചു വിശ്വസിക്കുന്നു.

മനുഷ്യനാർജ്ജിച്ചെടുക്കുന്ന ശാസ്ത്രബോധ ത്തിനും യുക്തിബോധത്തിനും ഒരു തരത്തിലും നിര ക്കാത്ത വിധത്തിലാണ് അവന്റെ ദൈവസങ്കല്പം നിലനിൽക്കുന്നത്. അതൊരുപക്ഷേ വിശ്വാസിക്ക് സാന്ത്വനവും സന്തോഷവും നൽകുന്നുണ്ടാകാം, അവരുടെ ചോദ്യങ്ങൾക്കെല്ലാം ഉത്തരം മതത്തിൽ നിന്നും ദൈവത്തിൽ നിന്നും ലഭിക്കുന്നുണ്ടാകാം. എന്നാൽ കവിയൊരിക്കലും അതുൾക്കൊള്ളുന്നില്ല. മരണാനന്തര ജീവിതവും സ്വർഗ്ഗ, നഗര ജീവിതവും മുന്നോട്ടുവെച്ചു കൊണ്ടാണ് മതങ്ങൾ അവരുടെ അനുയായികളെ ചൊൽപ്പടിക്ക് നിർത്തുന്നത്. പ്രപഞ്ചത്തെക്കുറിച്ചുമുള്ള ചില കെട്ടുകഥകൾ മാത്ര മാണ് മതങ്ങളും ആത്മീയതയും പകർന്നു നൽകു ന്നത്.

മതപരമായ ശാഠ്യങ്ങളില്ലാത്ത കുടുംബത്തിൽ നിന്ന് തികച്ചും മുസ്ലീമേതര ചുറ്റുപാടുകളിൽ നിന്നു മാണ് റഫീക്ക് അഹമ്മദ് എന്ന കവിയുണ്ടായത്. ഹൈദരാബാദ്, വെല്ലൂർ വഴി തലശ്ശേരിയിൽ എത്തി പ്പെട്ട 'സെയ്യിദ്' വംശാവലിയിൽ പിറന്ന കവി അക്കി ക്കാവ് എന്ന നാട്ടിൻപുറത്താണ് ജീവിതവും അനു ഭവങ്ങളും രൂപപ്പെടുത്തിയത്. കവിയുടെ തന്നെ വാക്കുകളിൽ പറഞ്ഞാൽ പോക്കുവെയിൽ കലർ ന്നൊഴുകുന്ന തേക്കുചാലുകളും കവുങ്ങിൻ തോപ്പു കളും നെൽപ്പാടങ്ങളും വെളിച്ചപ്പാടും പൂതനും കരി ങ്ങാളിയും തെള്ളിപ്പൊടിയും അരളിപ്പൂക്കളുടെ അഭൗമഗന്ധവും പുള്ളുവൻ പാട്ടും ഇഴ ചേർന്ന അക്കിക്കാവിൽ.

■

ഭാഷപ്പെടുത്തുക എന്ന ദൗത്യം

ലോകം നിലനിൽക്കുന്നത് ഭാഷയിലാണ്, ദൈവവും. ഒരേ സമയം ഭാഷയെ ഉപജീവിക്കുകയും അതിജീവിക്കുകയും ചെയ്യുകയാണ് കവി ചെയ്യുന്നത്

മനുഷ്യാനുഭവങ്ങളിലെല്ലാമുള്ളതാണ് പിടികിട്ടായ്മ എന്നത്. പിടികിട്ടായ്മയെ അഥവാ അവ്യക്തമായതിനെ ഭാഷപ്പെടുത്താനുള്ള ശ്രമമാണ് റഫീക്ക് അഹമ്മദിന് കവിത. അവ്യക്തമായതിനെ വെളിച്ചപ്പെടുത്തുന്നു. ഒരേ സമയം ലളിതവും സങ്കീർണവുമാണ് ഈ പ്രക്രിയ. വിശക്കുന്നതും ഭക്ഷണം കഴിക്കുമ്പോൾ വിശപ്പ് ശമിക്കുന്നതും ഇങ്ങനെ ലളിതവും എന്നാൽ ചിന്തിച്ചാൽ അന്തമില്ലാത്തതുമാകുന്ന പ്രക്രിയകളിലൊന്നാണ്.

ജ്ഞാനികൾക്കും ആത്മീയവാദികൾക്കും ശാസ്ത്രബോധമുള്ളവർക്കും ഈ പ്രക്രിയകൾക്ക്

ഉത്തരമോ ന്യായീകരണമോ സ്വായത്തമായിരിക്കും. ശാസ്ത്രത്തിനും ഈശ്വരവിശ്വാസത്തിനും വ്യത്യസ്തമെങ്കിലും അവരവരുടേതായ ഉത്തരങ്ങളുണ്ടാകും. എന്നാൽ ഇതിനിടയിൽ നിൽക്കുന്ന അജ്ഞന്റെ അമ്പരപ്പും വേവലാതിയുമാണ് തന്റെ സ്ഥായീഭാവമെന്ന് കവി പറയുന്നു. അപരിചിതമായ ചുറ്റുപാടിൽ ആകസ്മികമായി എത്തിപ്പെടുന്നവന്റെ ഉത്കണ്ഠയാണത്.

ഭാഷ ഒരു സാധ്യത എന്ന പോലെ തന്നെ പരിമിതിയുമാണ്. ലോകത്തെ വിവർത്തനം ചെയ്യുന്നതിന്റെ ഉപാധി. അറിയാത്തവയെ അറിയുന്നവയാക്കി മാറ്റുകയാണ് ഭാഷ ചെയ്യുന്നത്. ഭാഷയുടെ ആത്മാവ് അത് നമ്മുടെ സംസ്കാരത്തിന്റെയും ചരിത്രത്തിന്റെയും മനുഷ്യബന്ധങ്ങളുടേയും മൂല്യങ്ങൾ ആവാഹിച്ചു വെച്ച വാക്കുകളിലാണെന്നാണ് കവി പറയുന്നത്. അവയെ പരിപാലിക്കലാണ് കവി ധർമ്മം. ഭാരിച്ച ഉത്തരവാദിത്വമാണത്. ഭാഷകൊണ്ട് ചെയ്യാവുന്ന ഏറ്റവും മൂല്യവത്തായ പ്രവൃത്തിയാണ് കവിത.

ലോകം നിലനിൽക്കുന്നത് ഭാഷയിലാണ്, ദൈവവും. ഒരേ സമയം ഭാഷയെ ഉപജീവിക്കുകയും അതിജീവിക്കുകയും ചെയ്യുകയാണ് കവി ചെയ്യുന്നത്. ഒരർത്ഥത്തിൽ എല്ലാവരും കവികളാണെന്നും കവിതയില്ലാതെ മനുഷ്യജീവിതം അസാധ്യമാണെന്നുമാണ് കവിയുടെ പക്ഷം.

ഓഫ്സ്റ്റേജ് മനുഷ്യൻ

മനുഷ്യനെക്കുറിച്ചും അവന്റെ സാംസ്കാരിക പൊങ്ങച്ചങ്ങളെക്കുറിച്ചും കവി ലജ്ജിച്ചു പോയ നിമിഷങ്ങളായിരുന്നു അത്

സ്വയം ഒരു 'ഓഫ്സ്റ്റേജ് മനുഷ്യനെ'ന്ന് കവി വിശേഷിപ്പിക്കുന്നതിന് പല കാരണങ്ങളുമുണ്ട്. ആർദ്രത വറ്റിയ സമൂഹത്തിന്റെ ദുഷ്പ്രവണതകളെ കവിത കൊണ്ട് പ്രതിരോധിക്കുന്നത് ഇതേ ഓഫ് സ്റ്റേജ് സ്വഭാവം കൊണ്ടാണ്. എഴുതുന്നവരായി ആരുമില്ലാത്ത കുടുംബത്തിലെ കവി, ബാപ്പയും ബാപ്പയുടെ ബാപ്പയും അധ്യാപകർ, വായനയും ചർച്ചയും ശീലമായുള്ള ജ്യേഷ്ഠൻ, ആരോഗ്യക്കുറവും അലസതയും ചെറുപ്പം മുതലുള്ള റഫീക്കിന് വരയിലും വായനയിലുമായിരുന്നു കമ്പം. നന്നായി പഠിച്ചിരുന്ന സഹോദരന്മാരോടുള്ള സ്നേഹവും പരിഗണനയും അധ്യാപകരിൽ നിന്നാവോളം ലഭിച്ചിരുന്നു കൊച്ചു റഫീക്കിന്.

നിർവ്വികാരമായി എന്തിനേയും അഭിമുഖീകരി ക്കാൻ ശീലിച്ചു കഴിഞ്ഞ സമൂഹത്തിൽ മരവിപ്പ് സമസ്തമേഖലയിലും വ്യാപിച്ചു കഴിഞ്ഞു. ആർദ്രത വിട്ടൊഴിഞ്ഞ കെട്ടകാലത്തിന്റെ നേർ ക്കാഴ്ചയായിരുന്നു ശിവകാമി. തൃശ്ശൂർ പൂരപ്പറമ്പിൽ കണ്ട തമിഴ് നാടോടി കുടുംബത്തിന്റെ സർക്കസ് ജീവിതമാണ് ശിവകാമി എന്ന കവിതയുടെ ബീജം.

അക്കാദമികളും ഗ്രന്ഥാലയങ്ങളും ഏറെ പണ്ഡിതരും സാംസ്കാരിക പ്രവർത്തകരുമുള്ള തൃശ്ശൂർ നഗരത്തിൽ വിശപ്പകറ്റാൻ ജീവൻ പണയം വെച്ച് ഭീകരമായ അഭ്യാസം കാണിക്കേണ്ടി വരുന്ന പെൺകുട്ടി. കവി അവൾക്ക് ശിവകാമിയെന്നു പേരു നൽകി. നീണ്ട മുളന്തണ്ടിന്റെ തുഞ്ചത്ത് അവൾ കാണിക്കുന്ന സാഹസികമായ അഭ്യാസത്തെ ദാരുണമെന്ന് കവി വിശേഷിപ്പിക്കുന്നു. താഴെ സർക്കസ് മേളമൊരുക്കുന്ന അച്ഛൻ. സഹായിയായി അമ്മ. വിശപ്പടക്കാൻ അവർ കണ്ടെത്തിയ മാർഗ്ഗം ക്രൂരമായിരുന്നു.

മനുഷ്യനെക്കുറിച്ചും അവന്റെ സാംസ്കാരിക പൊങ്ങച്ചങ്ങളെക്കുറിച്ചും കവി ലജ്ജിച്ചു പോയ നിമിഷങ്ങളായിരുന്നു അത്. അവിടെ വലുപ്പങ്ങ ളെല്ലാം ചെറുതാകുന്നു. സാംസ്കാരിക നഗരി യെന്നു പുകഴ്പെറ്റ തൃശ്ശൂർ നഗരം ആ സമയം പ്രാകൃത നഗരിയായി മാറുന്നുവെന്നാണ് കവിക്ക് തോന്നിയത്.

കാവ്യസംസ്കാരം കുടഞ്ഞെറിയാതെ

വൃത്തത്തിലുള്ള കവിതയെഴുത്തും സംസ്കൃത പദങ്ങളുമാണ് മലയാളകവിതയുടെ പാരമ്പര്യത്തിൽ നിന്ന് തന്റെ കവിതയിലുമുള്ളതെന്ന് റഫീഖ്

കവിതയുടെ കാലഘട്ടങ്ങളിൽ ഒരിടത്തും ചേർന്നു നിൽക്കാത്ത രചനാ സങ്കേതമാണ് റഫീക്ക് അഹമ്മദ് കവിതകളുടെ സവിശേഷത. ആധുനികർക്കും ഉത്തരാധുനികർക്കും മധ്യേയാണ് റഫീക്ക് അഹമ്മദ് കവിതയെഴുതിയത്. കവിക്കും പാട്ടെഴുത്തിനു മിടയിൽ നിൽക്കുന്നു ആ രചനകൾ. പദ്യവും ഗദ്യവും ഉരയും വരയും അങ്ങനെ ഒരിടത്തും റഫീക്ക് അഹമ്മദിന്റെ കവിതകൾ പറ്റി നിൽക്കുന്നില്ല. അത്യന്തം ക്ലേശകരമായ ആന്തരിക ജീവിതത്തിന്റെ ഉപോത്പന്നമാണ് ആ കവിതകൾ.

തന്റെ തലമുറയിലെ ഏതൊരു കവിയേയും പോലെ ആധുനികരുടെ ഭാഷയും അവർ തുറന്നു

വിട്ട രചനാസംസ്കാരവും റഫീക്ക് അഹമ്മദിന്റെ കവിതകളിലും സ്വാധീനമായിട്ടുണ്ടാകും. എന്നാൽ പലരും അതിനെ അനുകരണമെന്നും ഛായ യെന്നും വിളിക്കുന്നു. വൈലോപ്പിള്ളിയും പി.യും ഇടശ്ശേരിയും ചങ്ങമ്പുഴയും കക്കാടുമെല്ലാം അങ്ങനെ ചൂണ്ടിക്കാണിക്കപ്പെട്ടവരിൽ പെടുന്നു. 'തോരാമഴ'യും 'മാമ്പഴ'വുമായുള്ള സാമ്യം വളരെ നേർത്തതു മാത്രമാണ്. 'സഫലമീ യാത്ര'യുമായി 'മരണമെത്തുന്ന നേരത്തി'നെ ചേർത്തു വായിച്ച വരും ധാരാളം. മരണമെന്ന വാക്കിന്റെ സാന്നിധ്യം മാത്രമാണ് ഈ കവിതകളെ തമ്മിൽ അടുപ്പിക്കു ന്നത്. 'മരണമെത്തുന്ന നേരത്ത്' അത്രമേൽ പ്രണയ കവിതയാണ്. തന്റെ കവിതകളിൽ പ്രണയ കവിതകൾ വിരളമാണെന്നതിനാൽ ആ കവിത യിലെ പ്രണയം കവിക്കും അപൂർവ്വ പ്രണയ മായാണ് അനുഭവപ്പെടുന്നത്.

വാക്കുകളുടെ അച്ഛാ... മൗനത്തിന്റെ അമ്മേ... തുടങ്ങിയ വരികൾ, പകരം... ആർക്ക് പകരം, എന്തിന് പകരം... തുടങ്ങിയ ചിന്തകൾക്കിടയൊരു ക്കുന്ന തുടക്കങ്ങൾ അങ്ങനെയൊരുപാട് കവിത കൾ റഫീക്ക് അഹമ്മദ് കവിതകളെ ആധുനികരുടെ പിൻതുടർച്ചക്കാരനാക്കുന്നു. ചക്രം, വഴിക്കണ്ണ്, പകരം, ദുഃഖ പൂതം, തിരകൾ, പ്രണയലളിതം അങ്ങനെ ഉദാഹരണങ്ങളൊരുപാട്...

'അകങ്ങളൊട്ടേറെ... അതിനാലൊട്ടകം...' എന്ന ഒറ്റവരിയിലൂടെ സകല പാരമ്പര്യത്തേയും ചടുലമാം വിധം മറി കടന്നു പോരുന്ന കവി. എന്നാൽ താൻ വായിച്ചു വളർന്ന ആധുനികരുടെ കാവ്യഭാഷയെ തള്ളിപ്പറയാൻ കവി ഒരുക്കമല്ല.

"ഇടിമിന്നലിൻ പൊന്നുളികൾ കൊത്തും
നഗ്നജല ശില്പമെന്ന പോൽ..."

എന്ന വരികളിൽ നിറഞ്ഞു നിൽക്കുന്ന ഉപമയും ഉൽപ്രേക്ഷയും ആസ്വാദകനെ ആധുനികതയുടെ കാവ്യസംസ്കാരത്തെ ഓർമ്മിപ്പിക്കുന്നുവെങ്കിൽ അതൊരു വീണ്ടെടുക്കലാണ്, തിരിച്ചുപിടിക്കലാണ്.

വൃത്തത്തിലുള്ള കവിതയെഴുത്തും അപൂർവ്വ മായി ഉപയോഗിക്കുന്ന സംസ്കൃതപദങ്ങളുമാണ് മലയാളകവിതയുടെ പാരമ്പര്യത്തിൽ നിന്ന് തന്റെ കവിതയിലും കാണുന്നതെന്ന് കവി പറയുന്നു. തനി മലയാളം കൊണ്ട് കവിതയെഴുതാമെന്ന നിർബന്ധ മില്ലാത്ത കവി സ്വന്തം കവിതകളിൽ താരതമ്യേന സംസ്കൃതപദങ്ങളുടെ സാന്നിധ്യം കുറഞ്ഞു വരുന്നുണ്ടെന്നും പറയുന്നു. എന്നാൽ ആഗോളീ കരണകാലത്ത് ഭാഷയും സംസ്കാരവും കൈവിട്ടു കൊണ്ടിരിക്കുന്ന സമൂഹത്തിൽ ഭാഷയുടെ മൗലിക താളരൂപങ്ങളും വൃത്തവ്യവസ്ഥയും സംരക്ഷിക്ക പ്പെടേണ്ടതാണെന്നാണ് കവിയുടെ പക്ഷം. കാരണം അധിനിവേശത്തിന്റെ സാംസ്കാരിക ഭൂമികയിൽ അതിനൊരു പ്രതിരോധമൂല്യമുണ്ടെന്ന് റഫീക്ക് അഹമ്മദ് വിശ്വസിക്കുന്നു.

∎

തല തിരിഞ്ഞതോ ശരിക്കുമുള്ള ലോകം?

'തോരാമഴ' പോലുള്ള കവിതകൾ കൈവിട്ടു വായിക്കപ്പെട്ടതും കവി തന്റെ വിസ്മയാനുഭവങ്ങളിൽ ചേർത്തു വെക്കുന്നു

ലോകത്തെ, കാഴ്ചകളെ വ്യത്യസ്തമായ കോണിലൂടെ നോക്കാനുള്ള പ്രവണത നിർബന്ധബുദ്ധിയോടെ കൂടെ നിന്നിരുന്നു. ഗ്രാമവൃക്ഷത്തിലെ വവ്വാൽ ആ കാഴ്ചയുടെ തുടർച്ചയാണ്. തലകീഴായി ലോകത്തെ കാണുന്ന വവ്വാലുകൾ. നമ്മുടെ രാത്രികൾ അവർക്ക് പകലുകളാകുന്നു. ചില മനുഷ്യരിലെ സ്വത്വ സങ്കീർണത വവ്വാലിലൂടെ അന്വയിക്കപ്പെട്ടുവെന്ന് കവി പറയുന്നു.

പക്ഷിയോ മൃഗമോ എന്ന് സന്ദേഹമുണർത്തുന്ന വവ്വാലിന്റെ രൂപം. രണ്ടുകാലിൽ നിന്ന് മനുഷ്യൻ കാണുന്ന ലോകത്തെ അത് തലകീഴായി തൂങ്ങി നിന്നു നോക്കുന്നു, കടവല്ലൂർ അന്യോന്യത്തിന്

അനുബന്ധമായി നടത്തുന്ന സാംസ്കാരിക സമ്മേളനത്തിൽ പങ്കെടുക്കവെയാണ് വവ്വാലുകളെ കൂടുതലായി ശ്രദ്ധിക്കുന്നത്. കടവല്ലൂർ ശ്രീരാമ ക്ഷേത്രത്തിനു സമീപത്തെ കൂറ്റനരയാൽ വവ്വാലുകളുടെ ആവാസകേന്ദ്രമാണ്. ആൽമരക്കൊമ്പുകളിൽ നിര നിരയായി തൂങ്ങിയാടുന്ന വവ്വാലുകൾ അന്യോന്യ വേദിയെ, ക്ഷേത്രത്തെ, സാംസ്കാരിക സമ്മേളനത്തെ, എന്നെ... അങ്ങനെയെല്ലാറ്റിനേയും തല തിരിച്ചു കാണുന്നു എന്ന ചിന്ത 'തല തിരിഞ്ഞതോ ശരിക്കുള്ള ലോകം...' എന്ന വരികളിലാണ് ചെന്നു നിന്നത്.

പക്ഷിയുടെ ഉടലും എലിയുടെ മുഖവും രാത്രി സഞ്ചാരവും ചേർന്നൊരുക്കുന്ന സ്നിഗ്ധാസ്തിത്വം, ദുരൂഹത വവ്വാലിലെ ഇരുട്ടും പരേതാത്മാക്കളും പ്രേതസഞ്ചാരങ്ങളുമായൊക്കെ ചേർത്തു വെക്കാൻ കാരണമായ സംഗതികൾ നിരവധി. ചില മനുഷ്യരും ഇത്തരത്തിൽ സങ്കീർണമായ സ്വത്വ പ്രതിസന്ധിയിലൂടെ കടന്നു പോകുന്നു. ചിലർ മരണശേഷം ഇതേ പ്രശ്നം അഭിമുഖീകരിക്കുന്നു.

ഗ്രാമവൃക്ഷത്തിലെ വവ്വാൽ 'പ്രേതമൊഴി'യിലെത്തുമ്പോൾ ഈ പ്രശ്നം ചർച്ച ചെയ്യുന്നു. ജീവിച്ചിരുന്നപ്പോൾ പ്രിയപ്പെട്ടവനായിരുന്നയൊരാൾ മരണശേഷം ഭയന്നൊഴിയേണ്ടി വരുന്ന അദൃശ്യസാന്നിധ്യമാവുന്നതാണ് ഇതിന്റെ അടിസ്ഥാനം. പ്രേതാവസ്ഥയെ നമ്മൾ ഭയന്ന് അകറ്റി നിർത്തുന്നു. ഒഴിപ്പിക്കേണ്ട വിധം അസ്വസ്ഥതയുണ്ടാക്കുന്നു. അന്യസ്വത്വമാകുന്നു പ്രേതം. സ്നേഹവായ്പ്പോടെ നമ്മൾ കണ്ടിരുന്ന പലതും പ്രേതാവസ്ഥ പ്രാപിക്കുന്നതോടെ നമുക്കന്യമാകുന്നു.അതിലെ വേദനയാണ് പ്രേതമൊഴിയുടെ ഉള്ളടക്കം.

ഗഹനമായ ചിന്തയുടേയും സങ്കീർണ്ണമായ ഭാവനയുടേയും അനന്തരഫലമായി പിറന്ന കവിതകൾ ആ വിധം വായിക്കപ്പെട്ടില്ല. തമാശക്കവിതകളായാണ് പലരും അത് വായിച്ചത്. എന്നാൽ അത്ര പ്രതീക്ഷയില്ലാതെ, കവറൊട്ടിച്ച് അയക്കാൻ പോലും മടിച്ച 'തോരാമഴ'പോലുള്ള കവിതകൾ കൈവിട്ടു വായിക്കപ്പെട്ടതും കവി തന്റെ വിസ്മയാനുഭവങ്ങളിൽ ചേർത്തു വെക്കുന്നു. ■

സ്വത്വമേൽക്കാത്ത ജീവിതം

മത വിശ്വാസിക്ക് അവന്റെ വിശ്വാസത്തിൽ ഉറപ്പില്ലാത്തതുകൊണ്ടാണ് അത് വ്രണപ്പെടുന്നത്

ജീവിതത്തിലും കാര്യമായി കടന്നുവരാതിരിക്കാൻ കാരണമായയെന്നാണ് കവി കരുതുന്നത്. പരിസരത്ത് മുസ്ലീം വീടുകൾ കുറവായിരുന്നു. കൂട്ടുകാരും പരിചയക്കാരും ഭൂരിഭാഗവും മുസ്ലീം സമുദായക്കാരായിരുന്നില്ല. വീടിനുള്ളിൽ മാത്രമാണ് റഫീക്ക് അഹമ്മദ് തന്റെ മുസ്ലീം സ്വത്വം അനുഭവിച്ചത്.

എല്ലാവരും അവരവരുടെ വിശ്വാസസംഹിതകളുടെ വിശ്വാസികളാണ്. മതവിശ്വാസിയും അതേ അർത്ഥത്തിൽ യുക്തിവാദിയും നിരീശ്വരവാദിയും വിശ്വാസികളാണ്. പക്ഷേ യുക്തിവാദിയുടെ വിശ്വാസം വ്രണപ്പെട്ടുവെന്ന് ആരും ആകുലപ്പെടുന്നത് കേട്ടിട്ടില്ല.

മതവിശ്വാസിക്ക് അവന്റെ വിശ്വാസത്തിൽ ഉറപ്പില്ലാത്തതുകൊണ്ടാണ് അത് വ്രണപ്പെടുന്നത്. നമ്മുടെ ജയിലുകൾ പരിശോധിച്ചാൽ 99 ശതമാനം കുറ്റവാളികളും ഈശ്വരവിശ്വാസികളായിരിക്കും. അവരുടെ വിശ്വാസം അവരെ രക്ഷിച്ചില്ല എന്നു വേണം വായിക്കാൻ. നമ്മുടെ ഭരണാധികാരികളിൽ പലരും വലിയ അഴിമതിക്കാരാണ്. അവർ കള്ളത്തരം ചെയ്ത, അതിലൊരു പങ്ക് ദൈവത്തിന് നൽകുന്നവരാണ്. കൃത്യമായി ദേവാലയത്തിൽ പോകുന്നവരാണ്.

പല വിശ്വാസികളും ദൈവത്തെ അഴിമതിക്കാരനായ ഒരു ഉദ്യോഗസ്ഥനെ പോലെയാണ് കാണുന്നത്. കാശുകൊടുത്ത് ഉത്തരവുകളിറക്കുകയും രേഖകൾ തിരുത്തിയെഴുതുകയും സ്വകാര്യമായി കണ്ട്, കാര്യം പറഞ്ഞ് താത്പര്യങ്ങൾ നടത്തിയെടുക്കാൻ കഴിയുന്ന ഒരു സർക്കാർ ജീവനക്കാരനെപോലെ.

ദുർബലമായ,യാതൊരു ഉറപ്പും നൽകാത്ത വിശ്വാസത്തെ നിശിതമായി പരിഹസിക്കുന്നുണ്ട് 'ഉലക്ക'എന്ന കവിത.

"നീതിയിന്റെ കടയ്ക്കൽ വന്നു/മൂത്രമൊഴിച്ചേക്കരുത്/എളുപ്പം വ്രണപ്പെട്ടു പോകും" എന്ന് നവോത്ഥാന മൂല്യങ്ങളെ പിറകോട്ടടിക്കുന്ന വർത്തമാന സാംസ്കാരിക പരിസരത്തെ ഉലക്കയിൽ കടന്നാക്രമിക്കുന്നുണ്ട് കവി.

എന്നാൽ നമുക്കൊരു അസുഖം വന്നാൽ അത് പ്രിയപ്പെട്ടവരോട് പങ്കുവെക്കുന്നതു പോലെയാണ് റഫീക്ക് അഹമ്മദിന് കവിത. അവർ നമ്മെ ആശ്വസിപ്പിക്കും. കവിതയെഴുതി ലോകത്തിന്റെ പ്രശ്നങ്ങൾ പരിഹരിക്കാൻ പറ്റുമെന്ന് കവി കരുതുന്നില്ല. സ്വന്തം വിഷമങ്ങൾ മറ്റുള്ളവരോട് പറയാൻ കവി കണ്ടെത്തിയ മാധ്യമം കവിതയത്രെ..!

■

ഗായകനായി എം.എസ്. വിശ്വനാഥൻ ഈണംമൂളി റഹ്മാൻ

എം.എസ്. വിശ്വനാഥൻ ഗായകനായി അവസാനമെത്തിയത് ഒരുപക്ഷേ റഫീക്ക് അഹമ്മദിന്റെ വരികൾ പാടിക്കൊണ്ടായിരിക്കും

ഏതുകാലത്തും ജനങ്ങൾക്ക് പാട്ടുകൾ ആവശ്യമാണ് ഒന്നിച്ചുപാടി അവർ ഹിറ്റുകൾ സൃഷ്ടിക്കും. അപ്പങ്ങളെമ്പാടും, ആറ്റുമണൽ, ഐ ലവ് യു മമ്മീ... പോലെ, കൊലവെറിയും ജിമിക്കിക്കമ്മലും പോലെ ഓരോരോകാലത്തും പാട്ടുകൾ ആസ്വാദകന്റെ സംഗീതേച്ഛ പൂർത്തിയാക്കിയവയെന്നേ റഫീക്ക് അഹമ്മദ് കരുതുന്നുള്ളൂ.

ഇന്നൊരു പാട്ട്, നാളെ മറ്റൊന്ന്. അത് റഫീക്ക് അഹമ്മദ് എഴുതിയതാകാം. അല്ലെങ്കിൽ മറ്റൊരാളെഴുതിയത്. ജനങ്ങൾക്ക് ആസ്വദിക്കാൻ, ഒപ്പം കൊണ്ടുനടക്കാൻ ഹിറ്റുകൾ ആവശ്യമാണ്.

പാട്ടുകൾ ആവശ്യമാണ്, സംഗീതം ആവശ്യമാണ്. ഇനി അതാതുകാലത്ത് സിനിമയിൽ നിന്നതു കിട്ടിയില്ലെങ്കിൽ പുറത്തുനിന്ന് അവരത് കണ്ടെത്തും. അതുമല്ലെങ്കിൽ സ്വയമുണ്ടാക്കും. സംഗീതമില്ലാതെ ഒരു സമൂഹത്തിനും നിലനിൽക്കാനാവില്ല.

ഇതിനിടയിൽ എം.എസ്. വിശ്വനാഥൻ, എ.ആർ. റഹ്മാൻ എന്നിവരോടൊത്തുള്ള അനുഭവങ്ങൾ വേറിട്ടു നിൽക്കുന്നതാണെന്ന് കവി ഓർക്കുന്നു.

ദക്ഷിണേന്ത്യൻ സംഗീതത്തിലെ മുടിചൂടാമന്നനായ എം.എസ്. വിശ്വനാഥൻ ഗായകനായി അവസാനമെത്തിയത് ഒരുപക്ഷേ റഫീക്ക് അഹമ്മദിന്റെ വരികൾ പാടിക്കൊണ്ടായിരിക്കും. സലീം അഹമ്മദിന്റെ 'കുഞ്ഞനന്തന്റെ കട'യായിരുന്നു ആ സിനിമ.

'നടന്നു നടന്നു പോയ കാലം' എന്നു തുടങ്ങുന്ന പാട്ടിന്റെ ആദ്യഭാഗം പാടുന്നത് എം.എസ്. വിശ്വനാഥനാവണമെന്ന് സംഗീത സംവിധായകൻ ജയചന്ദ്രന്റെ താത്പര്യമായിരുന്നു. ഈ പാട്ടിന്റെ ശേഷം ഭാഗം പാടിയത് കാവാലം ശ്രീകുമാറാണ്.

എ.ആർ.റഹ്മാൻ മൂളിത്തന്ന ഈണത്തിന് പാട്ടെഴുതിയ അനുഭവവും റഫീക്ക് അഹമ്മദ് ഓർക്കുന്നു. പൃഥ്വിരാജും നാസറും അഭിനയിച്ച തമിഴ് സിനിമ 'പ്രതിനായകൻ' എന്ന പേരിൽ

മലയാളത്തിൽ ഇറങ്ങിയിരുന്നു. അതിലാണ് റഹ്മാനോടൊപ്പം ആദ്യം പാട്ടെഴുതിയത്.

വീഡിയോ കോൺഫറൻസ് വഴിയാണ് റഹ്മാനുമായി സംസാരിച്ചത്. തമിഴ്-മലയാളം വിവർത്തനം സാധ്യമല്ലെന്ന് ആദ്യമേ പറഞ്ഞിരുന്നു. തമിഴിൽ ചെയ്ത അതേ ഈണത്തിൽ ചെയ്യാമെന്ന് റഫീക്ക് സമ്മതിച്ചു. എന്നിട്ടും റഹ്മാൻ ട്യൂൺ മൂളി ത്തന്നു. തമിഴ്ഗാനം നേരത്തെ കേട്ടിരുന്നതിനാൽ പാട്ടെഴുത്ത് എളുപ്പമായിരുന്നുവെന്ന് റഫീക്ക് അഹമ്മദ് പറയുന്നു.

"ആരുമില്ല കളിയരങ്ങിൽ, ഒരു കുയിൽപോലെ നീയെനിക്കുള്ളിൽ..." എന്ന പാട്ട് അങ്ങനെയുണ്ടായതാണ്.

■

പ്രതീക്ഷകൾ
ക്കപ്പുറത്തെത്തിയ
സീനുകൾ

"ഏറ്റവും കൂടുതൽ 'തന്തയ്ക്കുവിളി കേൾക്കുന്ന വിഭാഗം സിനിമയിലെ പാട്ടെഴുത്തുകാരാണ്. അതും സംഗീത സംവിധായകരിൽ നിന്നും..."

കഥ പറഞ്ഞുതന്നും രംഗങ്ങൾ വിവരിച്ചും ട്യൂൺ മൂളിത്തന്നും പാട്ടെഴുതായയ്ക്കുന്നതാണ് നമ്മുടെ സിനിമാരംഗത്തെ പതിവ് രീതി. സംഗീത സംവിധായകർ ഈണം പറഞ്ഞുകൊടുക്കുന്നതിനെപ്പറ്റി റഫീക്ക് അഹമ്മദ് പറയുന്നതും രസകരമാണ്.

"കേരളത്തിൽ ഏറ്റവും കൂടുതൽ 'തന്തയ്ക്കുവിളി കേൾക്കുന്ന വിഭാഗം സിനിമയിലെ പാട്ടെഴുത്തുകാരാണ്. അതും സംഗീത സംവിധായകരിൽ നിന്നും..."

പാട്ടെഴുതാനായി ഈണം'താനാ തന്താനാ... തന്താനാ..."എന്നിങ്ങനെ പാടിത്തരുന്ന സംഗീത

സംവിധായകരെക്കുറിച്ചാണ് കവിയുടെ കൗതുകമുണ്ടാക്കുന്ന നിരീക്ഷണം.

മലയാളി 'മാരക'മായി ഏറ്റുപാടിയതാണ് 'ആറ്റുമണൽ പായയിൽ; റൺ ബേബി റൺ ചെയ്യാനിരിക്കുമ്പോൾ രതീഷ് വേഗ പറഞ്ഞത് 'ഗാനരംഗത്തെക്കുറിച്ച് ചിന്തിക്കുകയേ വേണ്ട' എന്നായിരുന്നു. 'നാടൻപാട്ട് പോലെ ഒന്നെഴുതണം' അത്രമാത്രം. പക്ഷേ പാട്ട് സകലപ്രതീക്ഷികൾക്കും അപ്പുറമെത്തിയതായിരുന്നു. മോഹൻലാലിന്റെ ആലാപനവും സ്റ്റുഡിയോ റെക്കോർഡിങ്ങ് രംഗങ്ങൾ ഇടകലർന്ന പാട്ട് സീനും 'ആറ്റുമണൽപായ'യെ വ്യത്യസ്തമാക്കി.

'ഗദ്ദാമ'യിലെ 'നാട്ടുവാഴിയോരത്തെ...' എന്നു തുടങ്ങുന്ന ഗാനരംഗം അക്ഷരാർത്ഥത്തിൽ കവിയെപ്പോലും വിസ്മയിപ്പിച്ചുകളഞ്ഞതായിരുന്നു. പറവൂരി നടുത്ത് കായൽതീരത്തെ റിസോർട്ടിലിരുന്നാണ് ആ പാട്ടെഴുതിയത്. കമൽ എന്ന സംവിധായകന്റെ കര വിരുത് മുഴുവൻ പതിഞ്ഞ ഗാനരംഗമാണതെന്നാണ് റഫീക്ക് അഹമ്മദ് പറയുന്നത്.

ഗൃഹാതുരത്വമുണ്ടാക്കുന്ന നാട്ടിൻപുറകാഴ്ചകളും ഗ്രാമീണ പ്രണയവും പെണ്ണുകാണൽ രംഗങ്ങളും നാട്ടുവഴിയോരത്തിന്റെ വരികളോട് ഏറെ ഇഴചേർന്നുനിൽക്കുന്നതായിരുന്നു.

ഔസേപ്പച്ചനോടൊപ്പം ചെയ്ത 'പ്രണയ കാലത്ത്', രഞ്ജിത്തിന്റെ 'ഞാൻ' എന്നീ സിനിമകളിലെ ഗാനങ്ങൾ, വിദ്യാസാഗറിനൊപ്പം ചെയ്ത 'ഡയമണ്ട് നെക്ലസി'ലെ 'നിലാമലരെ', നിദ്രയിലെ 'ശലഭമഴ പെയ്യുമീ...' തുടങ്ങിയ ഗാനങ്ങളും രചനാ വേളയിലുണ്ടായ സുഖത്തിനപ്പുറം ഗാനരംഗം കാണുമ്പോഴും അനുഭവിക്കാനായെന്നാണ് കവി പറയുന്നത്.

സംഗീത സംവിധായകനും ഗാനരചയിതാവും തമ്മിലുള്ള ആശയവിനിമയത്തിലൂടെ പാട്ടുകളിലെ ഒട്ടുമിക്ക പ്രശ്നങ്ങളും പരിഹരിക്കാനാവുമെന്നും പരമാവധി ആകർഷകമാക്കാനാവുമെന്നും തന്നെയാണ് റഫീക്ക് അഹമ്മദിന്റെ വിശ്വാസം. ∎

ഗർഷോമിലെ പരിചിതമുഖങ്ങൾ

അന്ന് ഷൂട്ടിങ്ങ് സ്ഥലത്ത് പോയിരുന്നെങ്കിൽ ഒരുപക്ഷേ ഗർഷോം താൻ അഭിനയിക്കുന്ന ആദ്യ സിനിമ കൂടിയായേനെ...

തിരക്കഥ മുഴുവൻ വായിച്ചശേഷം പാട്ടെഴുതുന്നതാണ് നല്ലതെന്നാണ് റഫീക്ക് അഹമ്മദ് ഒരു ഗാനരചയിതാവെന്ന നിലയിൽ എപ്പോഴും നിർദ്ദേശിക്കുന്നത്. ട്യൂൺ കേട്ടതിനുശേഷം ഒറ്റയ്ക്ക് മാറിയിരുന്ന് എഴുതുന്നതാണ് റഫീക്കിന്റെ രീതി. വീട്ടിലായാലും മറ്റെവിടെയായാലും എഴുത്തിനനുയോജ്യമായ സാഹചര്യമല്ലെങ്കിൽ വലിയ പ്രശ്നമാണ്.

ഒരിക്കൽ ഒരു ബിഗ്ബജറ്റ് സിനിമയ്ക്ക് പാട്ടെഴുതുന്ന അവസരത്തിൽ തനിച്ച് താമസിച്ച് പാട്ടെഴുതാൻ മുറിയെടുത്തിട്ടുണ്ടെന്ന് സംവിധായകൻ അറിയിച്ചു. നോക്കുമ്പോൾ ബഹളമയമായ

ചുറ്റുപാട്. ചേരിപ്രദേശംപോലെ തൊട്ടുതൊട്ട് വീടുകൾ നിറഞ്ഞ ഒരിടത്താണ് മുറി. ജന്നലുകൾ തുറന്നപ്പോൾ അഴയിൽ തൂക്കിയിട്ട അടിവസ്ത്രങ്ങളുടെ ക്ലോസപ്പ് ദൃശ്യം. മനംമടുത്തിരിക്കുമ്പോൾ സംവിധായകന്റെ വിളി.

“താമസമൊക്കെ ഒ.കെ.യല്ലേ...?”

“ദുഃഖഗാനമെഴുതാനാണെങ്കിൽ ഇവിടെ ഒ.കെ. എന്നായിരുന്നു റഫീക്കിന്റെ മറുപടി. സംവിധായകൻ മറ്റൊന്നും പറഞ്ഞില്ല. വളരെ പെട്ടെന്നുതന്നെ മറ്റൊരിടത്ത് താമസസൗകര്യം ഏർപ്പെടുത്തുകയും ചെയ്തു.

ആദ്യസിനിമയായ ഗർഷോമിൽ പാട്ടെഴുത്തിനൊപ്പം അഭിനയവും സാധ്യമാകുമായിരുന്നു എന്നാണ് കവിയുടെ ഓർമ്മ.

പറയാൻ മറന്ന പരിഭവങ്ങൾ വ്യത്യസ്തമായ രീതിയിൽ അവതരിപ്പിച്ച ഗാനമായിരുന്നു. ഒരു ഗസൽസന്ധ്യ. സംഗീതസംവിധായകൻ രമേഷ് നാരായണൻ തന്നെയായിരുന്നു രംഗത്ത് പാടി അഭിനയിച്ചത്. പി.ടി. കുഞ്ഞുമുഹമ്മദും റഫീക്ക് അഹമ്മദും ഉൾപ്പെട്ട ചർച്ചാസംഘത്തിലെ ഒട്ടുമിക്കവരുമുണ്ടായിരുന്നു സീനിൽ. സദസ്സിലിരിക്കുന്ന എല്ലാവരുംതന്നെ പരിചയക്കാർ.

ഹാർമോണിയവുമായി പാടി തകർക്കുന്ന രമേശ് നാരായണൻ. കാഴ്ചക്കാർക്കിടയിലിരിക്കുന്ന നായകൻ മുരളിയുടെ കഥാപാത്രത്തിന്റെ ഓർമ്മച്ചിത്രങ്ങളുമായി കോർത്തിണക്കി വേറിട്ട വഴിയിലൂടെയാണ് ഗാനരംഗത്തിന്റെ സഞ്ചാരം.

എന്തോ അത്യാവശ്യത്തിൽപ്പെട്ട് റഫീക്കിന് ഷൂട്ടിങ്ങ് കാണാനെത്താനായില്ല. അന്ന് ഷൂട്ടിങ്ങ് സ്ഥലത്ത് പോയിരുന്നെങ്കിൽ ഒരുപക്ഷേ ഗർഷോം താൻ അഭിനയിക്കുന്ന ആദ്യസിനിമ കൂടിയായേനെ എന്നാണ് റഫീക്ക് അഹമ്മദ് പറയുന്നത്.

പറയാൻ മറന്ന പരിഭവങ്ങൾ

പറയാൻ മറന്ന പരിഭവങ്ങൾ
പറയാൻ മറന്ന പരിഭവങ്ങൾ
വിരഹാർദ്രമാം മിഴികളോർക്കേ
സ്മരണകൾ തിരയായ് പടരും ജലധിയായ്
പൊഴിയും നിലാവുപോൽ വിവശനായ്
പറയാൻ മറന്ന പരിഭവങ്ങൾ
വിരഹാർദ്രമാം മിഴികളോർക്കേ

അലയൂ നീ ചിരന്തനനാം...
സാന്ധ്യമേഘമേ
നീ വരുമപാരമീ മൂകവീഥിയിൽ
പിരിയാതെ വിടരാതടർന്ന
വിധുര സുസ്മിതം
എരിയുമേക താരകയായ് വഴി തെളിക്കയോ
പറയാൻ മറന്ന പരിഭവങ്ങൾ
വിരഹാർദ്രമാം മിഴികളോർക്കേ
പഴയൊരു ധനുമാസരാവിൻ മദസുഗന്ധമോ
തഴുകി ഹതാശമീ ജാലകങ്ങളിൽ
പലയുഗങ്ങൾ താണ്ടിവരും
ഹൃദയതാപം.
അതിരെഴാ മണൽക്കടലിൽ ചിറകടിക്കയോ

പറയാൻ മറന്ന പരിഭവങ്ങൾ
വിരഹാർദ്രമാം മിഴികളോർക്കേ
സ്മരണകൾ തിരയായ് പടരും ജലധിയായ്
പൊഴിയും നിലാവുപോൽ വിവശനായ്
പറയാൻ മറന്ന പരിഭവങ്ങൾ
വിരഹാർദ്രമാം മിഴികളോർക്കേ. ■

പേന ചോദിച്ച രഞ്ജിത്ത്

തട്ടംപിടിച്ച് വലിക്കല്ലേ എഴുതിയ പേനയില്ലേ കൈയിൽ...?" ഒരു ദിവസം സംവിധായകൻ രഞ്ജിത്ത് ചോദിച്ചു

"തട്ടംപിടിച്ച് വലിക്കല്ലേ എഴുതിയ പേനയില്ലേ കൈയിൽ...?"ഒരു ദിവസം ഫോണിൽ വിളിച്ച സംവിധായകൻ രഞ്ജിത്ത് മുഖവുരയില്ലാതെ ചോദിച്ചു.

"ഓ... അതെപ്പഴോ തുരുമ്പെടുത്തു പോയി..." എന്ന് റഫീക്ക് അഹമ്മദിന്റെ മറുപടി.

"എന്നാലതൊന്ന് തിരഞ്ഞ് കണ്ടുപിടിക്കണമല്ലോ..." രഞ്ജിത്ത് വിടാനുള്ള ഭാവമില്ല. പുതിയ സിനിമയിലേക്ക് പാട്ടെഴുതാനുള്ള ക്ഷണമാണ്.

മോഹൻലാൽ നായകനാകുന്ന ലോഹമായിരുന്നു ആ സിനിമ. അങ്ങനെ 'കനകമൈലാഞ്ചി' എന്ന പാട്ടെഴുതി. ശ്രീവത്സൻ ജെ. മേനോനായിരുന്നു

സംഗീതം. ഷഹബാസ് അമനും മൈഥിലിയുമായിരുന്നു ഗായകർ.

രഞ്ജിത്തിനൊപ്പം നാലു സിനിമകൾ ചെയ്തു. 'തിരക്കഥ'യായിരുന്നു തുടക്കം. പിന്നെ സ്പിരിറ്റ്, ബാവുട്ടിയുടെ നാമത്തിൽ, ലോഹം. മിക്കവയും ശ്രദ്ധിക്കപ്പെട്ടു, ഹിറ്റുകളായി. നമ്മളെ മനസ്സിലാക്കുകയും വിശ്വസിക്കുകയും ചെയ്യുന്ന സംവിധായകൻ എന്നാണ് രഞ്ജിത്തിനെക്കുറിച്ച് റഫീക്ക് അഹമ്മദ് പറയുന്നത്.

സത്യൻ അന്തിക്കാടും അത്തരത്തിൽ നന്നായി ഇടപെടുന്ന സംവിധായകനാണ്. ഒരു ഇന്ത്യൻ പ്രണയകഥ, എന്നും എപ്പോഴും, സ്നേഹവീട്, ജോമോന്റെ സുവിശേഷം എന്നിവ സത്യൻ അന്തിക്കാടിനൊപ്പം ചെയ്ത സിനിമകളാണ്. സിനിമാസംവിധായകൻ കവി കൂടിയാകുന്നത് നന്നായിരിക്കുമെന്ന് സത്യൻ അന്തിക്കാടിന്റെ കാര്യത്തിൽ തോന്നിയിട്ടുണ്ട്. പാട്ടെഴുതുന്നതിൽ അദ്ദേഹം അനുവദിക്കുന്ന സ്വാതന്ത്ര്യം അത്രയേറെയാണെന്ന് റഫീക്ക് അഹമ്മദ് പറയുന്നു.

പി.ടി. കുഞ്ഞുമുഹമ്മദിന്റെ തന്നെ പരദേശിയിലെ 'തട്ടംപിടിച്ച് വലിക്കല്ലേ...' സിനിമാസംഗീതത്തിലെ വേറിട്ട പരീക്ഷണമായിരുന്നു. രമേഷ് നാരായണൻ തന്നെയായിരുന്നു അതിനു പിന്നിലും. ∎

ഒറ്റദിനത്തിൽ സുൽത്താന

പാവപ്പെട്ട കുടുംബത്തിലെ, അധികം ആഭരണങ്ങളോ സൗന്ദര്യമോ ഇല്ലാത്ത ഒരു മുസ്ലീം പെൺകുട്ടിയാണ് ഈ കവിതയുടെ പ്രമേയം

പാക്കിസ്ഥാനിലേക്ക് വിവാഹിതയായി പോകുന്ന പെൺകുട്ടി. സ്വതവേ വിവാഹത്തോടെ മറ്റൊരാളുടെ വസ്തുവായി മാറുന്നതാണ് പെൺകുട്ടികളുടെ ജീവിതം. ഇവിടെ അറിയാത്ത ദേശത്തേക്ക്, നാട്ടിലേക്ക്, കുടുംബത്തിലേക്ക്, പുതിയ ആളുകൾ, പുതിയ ഭാഷ, പുതിയ ആവാസ വ്യവസ്ഥ.

ഇതേ ആശയത്തിൽ നേരത്തെ 'ഒറ്റദിനത്തിൽ സുൽത്താന' എന്നൊരു കവിത എഴുതിയിരുന്നു റഫീക്ക്. പാവപ്പെട്ട കുടുംബത്തിലെ, അധികം ആഭരണങ്ങളോ സൗന്ദര്യമോ ഇല്ലാത്ത ഒരു മുസ്ലീം പെൺകുട്ടിയുടെ വിവാഹത്തിൽ പങ്കെടുത്തതാണ് കവിതയ്ക്കിടയാക്കിയത്.

മുറ്റമടിച്ചുകൂട്ടുന്ന ചപ്പുചവറിനിടയിൽ തിളങ്ങുന്ന സ്വർണക്കമ്മലിന്റെ ചങ്കീരിപോലെയെന്നാണ് കവി അവളുടെ ദുരിതജീവിതത്തിനിടയിലെ വിവാഹദിവസത്തെ വിശേഷിപ്പിക്കുന്നത്.

സമാനമായ മനോനിലയിലാണ് പരദേശിക്ക് പാട്ടെഴുതിയത്. സിനിമയിൽ സംഗീതോപകരണങ്ങളുടെ വലിയ കോലാഹലങ്ങളും ഹെവി ഓർക്കസ്ട്രേഷനും നിലനിന്ന സമയത്തായിരുന്നു സംഗീതോപകരണങ്ങളൊന്നുമില്ലാതെ രമേഷ് നാരായണൻ 'തട്ടംപിടിച്ച് വലിക്കല്ലേ' എന്ന പാട്ടു ചെയ്തത്.

സിനിമയുടെ സ്വഭാവത്തിനും രംഗത്തിനും ഏറെ ചേർന്നുനിൽക്കുന്ന പാട്ടും ഹൃദയസ്പർശിയായ ചിത്രീകരണവും പരദേശിയിലെ ഗാനത്തിന്റെ സവിശേഷതയാണ്. സിനിമയിറങ്ങി വളരെനാൾ കഴിഞ്ഞാണ് പാട്ട് ശ്രദ്ധിക്കപ്പെടുന്നത്.

റഫീക്ക് അഹമ്മദും രമേഷ് നാരായണനും തമ്മിലുള്ള രസതന്ത്രത്തിന്റെ സൃഷ്ടിയാണ് 'ആദാമിന്റെ മകൻ അബു'വിലെ പാട്ടുകൾ. പാട്ടു ചെയ്യുന്ന ഹോട്ടൽമുറിയിലെത്തിയ കവിയോട് "എവിടെ... പാട്ടെവിടെ...?" എന്നാണ് രമേഷ് നാരായണൻ ചോദിച്ചത്.

"ഇതെന്താ ഫ്രിഡ്ജിൽ വെച്ചിരിക്കുന്നോ എടുത്തുതരാൻ...?" എന്ന് റഫീക്ക്.

പിന്നെ രണ്ടുപേരും ചേർന്ന് ട്യൂൺ മൂളിയും വരികൾ പറഞ്ഞും ആദാമിന്റെ മകൻ അബുവിലെ പാട്ടുകൾ പിറന്നു.

വർത്തമാന വാണിജ്യ സിനിമയിൽ കരകയറാനിടയില്ലെന്ന് മുൻവിധിയോടെ തന്നെയാണ് 'ആദാമിന്റെ മകന്' പാട്ടെഴുതിയത്. എന്നാൽ പാട്ടുകളെല്ലാം തന്നെ ഹൃദയസ്പർശിയും ഉയർന്ന ആസ്വാദന നിലവാരം പുലർത്തുന്നവയുമായിരുന്നു. ■

അൻവർ റഷീദിന് വേണ്ടി അപ്പപ്പാട്ട്

> ആരൊക്കെ കുറ്റപ്പെടുത്തിയാലും അപ്പങ്ങളെമ്പാടും എന്ന ഗാനം റഫീക്കി നിന്നും ഏറെ പ്രിയതരമാണ്.

മലബാറിൽ അപ്പപ്പാട്ടുകൾ വ്യാപകമാണ്. പലതരം അപ്പങ്ങൾ മരുമകനായി ഒരുക്കിവെക്കുന്ന അമ്മായിപ്പാട്ടുകൾ ചെറുപ്പംതൊട്ടേ കവി കേട്ട് ശീലിച്ചതാണ്. അതുകൊണ്ടുതന്നെ 'ഉസ്താദ് ഹോട്ടൽ' ചർച്ചയിൽ അൻവർ റഷീദും ഗോപി സുന്ദറും 'ഹൈ എനർജിയിൽ' ഒരു അപ്പപ്പാട്ടു വേണമെന്നു പറഞ്ഞപ്പോൾ വല്ലാതെ കഷ്ടപ്പെടേണ്ടി വന്നില്ലെന്ന് റഫീക്ക് അഹമ്മദ് പറയുന്നു.

ദുൽക്കർ സൽമാനും നിത്യാമേനോനും തകർത്താടിയ 'അപ്പങ്ങളെമ്പാടും ഒന്നിച്ചു ചുട്ടമ്മായി...' എന്ന സൂപ്പർഹിറ്റ് പാട്ടിന്റെ പിറവി അങ്ങനെയായിരുന്നു.

അപ്പക്കടയ്ക്കു സമീപം വലിയ ഫുഡ്മാൾ വന്നതോടെ കച്ചവടം തകരുകയും മനോനില തെറ്റുകയും ചെയ്ത സ്ത്രീയുടെ കഥ തങ്ങൾക്കറിയാമായിരുന്നതും അപ്പപ്പാട്ടിന്റെ രചന എളുപ്പമാക്കി. മലയാളികൾ പ്രായഭേദമില്ലാതെ പാടിയും ഏറ്റുപാടിയും ഹിറ്റാക്കിയതായിരുന്നു ആ പാട്ട്.

എൽ.പി. ക്ലാസിൽ റഫീക്കിനെ പഠിപ്പിച്ച ടീച്ചർ ഒരിക്കൽ കണ്ടപ്പോൾ ഈ പാട്ടിനെക്കുറിച്ച് പറഞ്ഞതും കവി ഓർക്കുന്നു. പള്ളിപ്പെരുന്നാളിന് വീട്ടുപടിക്കലെത്തുന്ന ബാന്റ്സെറ്റുകാരെക്കൊണ്ട് ഞാൻ നിന്റെ അപ്പപ്പാട്ടാണ് പാടിക്കാറെന്നായിരുന്നു ടീച്ചർ പറഞ്ഞത്.

ഒരിക്കൽ ഒരു തീവണ്ടി യാത്രയ്ക്കിടയിലുണ്ടായ സംഭവവും കവി ഓർക്കുന്നു. ട്രെയിനിൽ സ്വന്തം സീറ്റിൽ സ്വസ്ഥമായിരിക്കുന്നു റഫീക്ക്. അത്ര തിരക്കില്ലെങ്കിലും യാത്രക്കാരിൽ പരിചയക്കാരുള്ളതായി തോന്നിയില്ല. പെട്ടെന്ന് തൊട്ടപ്പുറത്തുനിന്ന് ഒരു കുഞ്ഞിന്റെ കരച്ചിൽ. കരച്ചിലെന്നു പറഞ്ഞാൽ വായകീറിക്കരയുക എന്നു പറയാവുന്ന നിലയിലായി. കുട്ടിയുടെ അച്ഛനുമമ്മയും പഠിച്ച പണി പതിനെട്ടും നോക്കുന്നുണ്ട് കുട്ടിയെ സമാധാനിപ്പിക്കാൻ.

കുട്ടിയാണെങ്കിൽ അമ്പിനും വില്ലിനും അടുക്കുന്നില്ല എന്നു പറഞ്ഞതുപോലെ അലറിവിളിക്കുന്നു. പെട്ടെന്നെന്തോ ഐഡിയ തോന്നിയതുപോലെ കുട്ടിയുടെ അച്ഛൻ മൊബൈൽ ഫോൺ എടുത്ത് തുറന്ന് സിനിമാപാട്ട് വെക്കുന്നു. അച്ഛന്റെ മൊബൈലിൽ നിന്ന് 'അപ്പങ്ങളെമ്പാടും ഒന്നിച്ചുചുട്ടമ്മായി...' ചടുലതാളത്തിൽ പുറത്തേക്കൊഴുകി. കുട്ടി കരച്ചിൽ നിർത്തി. കുടുംബം സമാധാനിച്ച സമയം കവി തിരിഞ്ഞുനോക്കുമ്പോൾ പാട്ടിനൊപ്പം ചിരിച്ചുല്ലസിക്കുന്ന കുഞ്ഞിനെയാണ് കണ്ടത്.

ഏറെ അനുമോദനങ്ങളും വിമർശനങ്ങളും ഒരുപോലെയുണ്ടായതാണ് അപ്പങ്ങളെമ്പാടും എന്ന ഗാനം. എത്രയൊക്കെ ആരൊക്കെ കുറ്റപ്പെടുത്തിയാലും റഫീക്കിനിന്നും ഏറെ പ്രിയതരം തന്നെയാണ് ഈ പാട്ട്.

■

മാരത്തോൺ പാട്ടെഴുത്ത് മൊയ്തീനുവേണ്ടി

'ഇരുവരുഞ്ഞിപ്പുഴ പെണ്ണേ...' എന്ന പാട്ട് സിനിമയിൽ ഉപയോഗിക്കാതിരുന്നത് ഏറെ മനോവിഷമവും നിരാശയുമുണ്ടാക്കി

എഴുതിയെഴുതി തളർന്നതാണ് 'എന്നു നിന്റെ മൊയ്തീനു' വേണ്ടിയുള്ള പാട്ടെഴുത്തിന്റെ ഓർമ്മ. രാവിലെയുള്ള നടത്തം. ശ്രീനാരായണഗുരു ഇരുന്നതെന്ന് വിശ്വസിക്കുന്ന പാറയിലെ ഇരിപ്പ്. തിരുവനന്തപുരം-കന്യാകുമാരി റൂട്ടിലെ ഒരു വീട്ടിലായിരുന്നു പാട്ടെഴുത്ത്.

പ്രാരംഭ ചർച്ചകൾക്കിടയിലൊരു ദിവസം രമേഷ് നാരായണൻ വിളിക്കുന്നു. അങ്ങനെയാണ് റഫീക്ക് അഹമ്മദ് മൊയ്തീനുവേണ്ടി പാട്ടെഴുതുന്നത്. റഫീക്ക് പോയി, പാട്ടെഴുതി.

രസകരമായിരുന്നു പാട്ടെഴുത്ത് ദിവസങ്ങൾ.

'ഈ മഴതൻ...', 'പ്രിയമുള്ളവനെ...' എന്നിങ്ങനെ നാല് പാട്ടുകൾ എഴുതി, കവി തിരിച്ചുപോന്നു.

എന്നാൽ കുറച്ചു മാസങ്ങൾ കഴിഞ്ഞ് ഒരു ദിവസം എം. ജയചന്ദ്രൻ വിളിക്കുന്നു. പുതിയ പടം, വിമലിനൊപ്പം എഴുതാം... കഥ പറഞ്ഞപ്പോൾ അതേ മൊയ്തീനും കാഞ്ചനമാലയും അവരുടെ പൂവണിയാത്ത പ്രണയവും തന്നെ.

'ഇത് കഴിഞ്ഞ വർക്കല്ലേ...' എന്ന് റഫീക്ക്. ജയ ചന്ദ്രനും അക്കാര്യം അറിയുന്നത് അപ്പോഴാണ്. പിന്നീട് സംവിധായകൻ ആർ.എസ്.വിമൽ വിളിച്ചു. "പ്രോജക്ട് അപ്പാടെ മാറ്റേണ്ടിവന്നു. പുതിയ പാട്ടു കൾ വേണം."

സിനിമയുടെ ഒരു ഘട്ടം വരെ ഒപ്പമുണ്ടായിരുന്ന രമേഷ് നാരായണൻ പിന്നീട് ഉണ്ടായില്ല. ജയചന്ദ്ര നൊപ്പം പത്ത് പാട്ടുകൾ മൊയ്തീനുവേണ്ടി ചെയ്തു.

'കാത്തിരുന്നു കാത്തിരുന്നു...', 'കണ്ണോണ്ട് മിണ്ടണ്...' എന്നീ പാട്ടുകൾ ഹിറ്റുകളായിരുന്നു. അതിൽ ഏറെ പ്രതീക്ഷയോടെ എഴുതുകയും മനോഹരമായി ചിത്രീകരിക്കുകയും ചെയ്ത 'ഇരു വരുഞ്ഞിപ്പുഴപെണ്ണേ...' എന്ന പാട്ട് സിനിമയിൽ ഉപയോഗിക്കാതിരുന്നത് വലിയ മനോവിഷമവും നിരാശയുമുണ്ടാക്കിയെന്ന് റഫീക്ക് അഹമ്മദ് പറയുന്നു.

രണ്ട് സംവിധായകരോടൊപ്പം ഉപയോഗിച്ചതും ഉപയോഗിക്കാത്തതുമായി ഒരു സിനിമയ്ക്ക് പതിന്നാല് പാട്ടുകൾ എഴുതുന്നത് ആദ്യമായിട്ടായി രുന്നു. മൊയ്തീനും അതിലെ പാട്ടുകളും മലയാളി ഏറ്റെടുത്തത് വലിയ സന്തോഷവും ഉണ്ടാക്കിയി രുന്നുവെന്ന് റഫീക്ക് പറയുന്നു.

ഒരിക്കൽ ഒരു ചരിത്രസിനിമയ്ക്കുവേണ്ടി പാട്ടെഴുതാൻ ക്ഷണമുണ്ടായി. ചരിത്രപുരുഷനെ കേന്ദ്രീകരിച്ചാണ് കഥ. സംഗീത സംവിധായകൻ അതികഠിനമായ ഈണമാണ് ഒരുക്കിയിരുന്നത്.

പഴയകാലത്തിന്റെ പശ്ചാത്തലത്തിൽ പഴമയുടെ ബിംബങ്ങൾ ചേർത്ത പാട്ടായിരിക്കണമെന്ന് സിനിമയുടെ സംവിധായകൻ നേരത്തെ നിർദ്ദേശിച്ചിരുന്നു.

ഏറെ പണിപ്പെട്ടിട്ടും രണ്ടറ്റം മുട്ടിക്കാനാവാതെ കവി ഗതികെട്ടെന്നു പറഞ്ഞാൽ മതിയല്ലോ. നിസ്സഹായനായി നില്ക്കവേ കവി പറഞ്ഞു.

"സംവിധായകൻ ആവശ്യപ്പെട്ട കാര്യങ്ങൾ ചേർത്ത് പാട്ട് ഞാനുണ്ടാക്കിത്തരാം. സംഗീതം പിന്നീട് നോക്കാം."അവർ സമ്മതിച്ചു. റഫീക്ക് പാട്ടെഴുതി. ഈണമിടാനിരുന്നപ്പോൾ വീണ്ടും പ്രശ്നം. സംഗീത സംവിധായകൻ എത്ര ശ്രമിച്ചിട്ടും പുതിയ വരികൾക്കനുസരിച്ച് ഈണമുണ്ടാക്കാൻ കഴിയുന്നില്ല. അദ്ദേഹവും നിസ്സഹായനായി നിന്നു.

അവസാനം റഫീക്ക് പിൻവാങ്ങി. എനിക്ക് സാധിക്കുന്നില്ല. അങ്ങനെ റഫീക്ക് ആ സിനിമ ഉപേക്ഷിച്ചു. അവർ മറ്റൊരാളെവെച്ച് സിനിമ പൂർത്തിയാക്കി. അന്നെഴുതിയ പാട്ട് നഷ്ടപ്പെട്ട പാട്ടുകളുടെ കൂട്ടത്തിൽപെട്ടതാണെന്ന് കവി പറയുന്നു. എങ്കിലും നല്ല നിലയിൽ പരസ്പരം കഴിവും കഴിവുകേടും സമ്മതിച്ച് പിന്മാറിയതിനാൽ ആ ബന്ധങ്ങൾ തകരാതെ നോക്കാൻ കഴിഞ്ഞതിൽ സന്തോഷം.

എന്നാൽ ചില സംഗീത സംവിധായകരോടൊപ്പം വരുന്ന പരിവാരങ്ങൾ പലപ്പോഴും അലോസരമുണ്ടാക്കാറുണ്ടെന്ന് റഫീക്ക് അഹമ്മദ് പറയുന്നു. ഈണവും വരികളും ഇവരുമൊരുമിച്ചിരുന്നാകും കേൾക്കുക. മിക്കവാറും വരികൾ കേട്ടുകഴിഞ്ഞാൽ കൂട്ടത്തിലാരെങ്കിലുമൊരാൾ ഒരു നിർദ്ദേശം വെക്കും.

"ആ ഒരു വാക്ക് ഒന്നു മാറ്റിയാൽ നന്നാവും..." നിർദ്ദേശത്തിനു വേണ്ടിയുള്ള നിർദ്ദേശമാണെന്ന് കേൾക്കുമ്പോഴേ അറിയാം. അങ്ങനെയൊരു അഭിപ്രായം പറഞ്ഞില്ലെങ്കിൽ മോശക്കാരനായി പോകുമെന്നാണ് മനോഭാവം.

പക്ഷേ എഴുതിവെച്ച വരികളിൽ നിന്നൊരു വാക്കെടുത്തു മാറ്റുക എന്നാൽ കവിയെ സംബന്ധിച്ച് പണി പൂർത്തിയായ ചുമരിൽ നിന്ന് ഒരു മൺകട്ട അടർത്തിയെടുക്കുന്ന പോലെയാണെന്ന് റഫീക്ക് അഹമ്മദ് പറയുന്നു. ഒരു വാക്കടർത്തിയാൽ ചുമർ ഒന്നാകെ തകരും. അത്തരത്തിലുള്ള പല സാഹചര്യത്തിലും നിയന്ത്രണം നഷ്ടപ്പെട്ട് പ്രതികരിച്ച അവസരങ്ങളുണ്ടായിട്ടുണ്ടെന്ന് കവി ഓർക്കുന്നു.

സാങ്കേതിക സൗകര്യങ്ങൾ ഏറെയുള്ള കാലമായതിനാൽ എഴുത്ത് ഏറെയും വീട്ടിലിരുന്നാണ്. പക്ഷേ മടിയനായതിനാൽ എപ്പോഴും ആവശ്യപ്പെട്ടതിന്റെ അവസാന നിമിഷത്തിൽ മാത്രമേ എഴുത്ത് സാധ്യമാകാറുള്ളൂവെന്ന് റഫീക്ക് അഹമ്മദ് പറയുന്നു.

വെണ്ടോരിലെ പെരുന്നാൾ രാത്രികൾ

റഫീക്കിന്റെ കസേരജീവിതത്തിന്റെ ജനനവും മരണവും അളഗപ്പനഗറിലായിരുന്നു

റഫീക്കിന്റെ കസേരജീവിതത്തിന്റെ ജനനവും മരണവും അളഗപ്പനഗറിലായിരുന്നു. സർക്കാർ ജോലി വെറും ഇരിപ്പ് കാലമാക്കി തള്ളിനീക്കാൻ അദ്ദേഹത്തിന് കഴിയുമായിരുന്നില്ല. അളഗപ്പ നഗറിലെ സുഹൃത്തുക്കളായിരുന്ന പോൾസനും വിൻസെന്റും ലോനപ്പനുമൊന്നും അതിനനുവദിച്ചി ല്ലെന്നു പറഞ്ഞാലും തെറ്റാകില്ല.

ഇ.എസ്.ഐ. ക്വാർട്ടേഴ്സിലെ പതിവുകാരനായിരുന്നു പോൾസൺ. എങ്ങനെയോ അവർ സ്നേഹിതന്മാരായി. സർക്കാർ ജോലിക്കാരോടൊപ്പം നടന്നാൽ കൂടെ നടക്കുന്നവർക്കും ജോലി കിട്ടുമെന്ന കൗതുകകരമായ ഒരു വിശ്വാസം

പുലർത്തിയിരുന്നു അയാൾ. പോൾസന്റെ സഹോദരൻ പൊലീസിൽ എസ്.ഐ. ആയിരുന്നു. പിന്നീട് പോൾസനും സർക്കാർ ഉദ്യോഗസ്ഥനായി.

നിലപാടുകളിലെ ഐക്യവും രാഷ്ട്രീയ കാഴ്ചപ്പാടുകളിലെ യോജിപ്പും സിനിമാപാട്ടുകളോടുള്ള താത്പര്യവും കവിതയും ചർച്ചയും രാത്രിയും പകലുമില്ലാതെ പോൾസണെ സന്തതസഹചാരിയാക്കി. പോൾസന്റെ കൂട്ടുകാരെന്ന നിലയിലാണ് കെ.എസ്.ആർ.ടി.സിയിൽ കണ്ടക്ടറായ ലോനപ്പനും വിൻസെന്റും വിജയനും സുഹൃത്തുക്കളാകുന്നത്.

നേരം വെളുക്കുവോളം അവർ സംസാരിച്ചിരിക്കുമായിരുന്നു. അതിൽ കവിതയും പാട്ടും കഥകളും തമാശകളുമുണ്ടായിരുന്നു. സ്പോർട്സും ഗണിതവുമൊഴികെ എന്തും സംസാരിക്കാൻ റഫീക്കിനും പ്രിയമായിരുന്നു. വൈകുന്നേരങ്ങളിലെ നടത്തം, പുതുക്കാട് ചീനിക്കുന്ന് കയറിയിറങ്ങി, ശ്രീലക്ഷ്മി തിയേറ്ററിനു സമീപത്തെ സ്വാമിയുടെ ഹോട്ടലിലെ പതിവ് ചായകുടി. അന്നത്തെ കൈതപ്രത്തിന്റെ തനിപകർപ്പായിരുന്നു സ്വാമി... സൗമ്യൻ. സ്വാമിയുടെ ഹോട്ടിലെ ആവി പാറുന്ന നാടൻ ദോശയും ചമ്മന്തിയും ഇന്നും നാവിൽ കൊതിയൂറുന്ന ഓർമ്മയാണ്.

അളഗപ്പനഗറിന്റെ അടുത്ത പ്രദേശമായ വെണ്ടോരിലെ പള്ളി തിരുന്നാൾ കവിയും സുഹൃത്തുക്കളും പതിവായി ഒത്തുകൂടുന്ന ദിവസമാണ്. ആമ്പല്ലൂർ മുതൽ വെണ്ടോരും അടുത്ത ഇടവകയായ മണ്ണംപേട്ട വരെ റോഡിന്റെ ഇരുവശവും ദീപാലങ്കാരമൊരുക്കിയിരിക്കും. വീടുകളും ദീപപ്രഭയിൽ മുങ്ങിനിൽക്കും. ആകാശവും ഭൂമിയും വർണപ്രകാശത്തിൽ കുളിർത്തുനിൽക്കുന്ന പെരുന്നാൾ രാത്രികളിലാണ് ഇപ്പോൾ അളഗപ്പനഗറിൽ കാണാറുള്ളത്.

ഒന്നര വർഷത്തെ ജോലിക്കുശേഷം സ്ഥലം മാറ്റമായി. അതുവരെ അളഗപ്പനഗർ ശരിക്കും

ആസ്വദിക്കുകയായിരുന്നു. ജോലിയിൽനിന്നു പിരിഞ്ഞുപോരുന്ന കാലത്തും അളഗപ്പനഗറിൽ തിരിച്ചെത്താനായത് വ്യക്തിപരമായി റഫീക്കിന് ഏറെ ആഹ്ലാദം നൽകിയ അനുഭവമായിരുന്നു.

"തമിഴ്നാട്ടിൽനിന്ന് കച്ചവടത്തിനെത്തിയ അളഗപ്പചെട്ടിയാർ മുതൽ ഈ ഞാൻ വരെയുള്ള വരെ നെഞ്ചകത്തേറ്റു വാങ്ങിയ ചരിത്രമാണ് അളഗപ്പനഗറിന്റേത്." കവി പറയുന്നു. രാജ്യം പത്മ പുരസ്കാരം നൽകി ആദരിച്ച അളഗപ്പചെട്ടിയാ രാണ് ഇവിടെ അളഗപ്പമില്ലും പോളിടെക്നിക്കും സ്ഥാപിച്ചത്. കാർഷികവൃത്തി നയിച്ചുപോന്ന ഒരു ജനതയെ പുതിയൊരു തൊഴിൽ മേഖല പരിചയ പ്പെടുത്തിയ അളഗപ്പചെട്ടിയാരുടെ സ്മരണ നില നിർത്താൻ അദ്ദേഹത്തിന്റെ പേര് സ്വന്തം സ്ഥല നാമത്തോട് ചേർത്തുവെച്ചു ഈ നാട്. ∎

അഴുക്കില്ലത്തിലെ ചിലർ

അസാമാന്യ ചങ്കൂറ്റമായിരുന്നു ആ മനുഷ്യന്. അയാളുടെ അസാധാരണ പൗരുഷം കാഴ്ചക്കാരുടെ മനസ്സിൽ പതിഞ്ഞിരുന്നു

നഗരസ്പർശമേറെയേൽക്കാത്ത കൃഷിയും കച്ചവടവും ലളിത ജീവിതവുമായിരുന്നു അളഗപ്പനഗറിന്റെ സവിശേഷത. മനുഷ്യൻ എത്രത്തോളം സാധാരണക്കാരനാകുന്നുവോ അത്രത്തോളം അവന്റെ പരുക്കൻ ഭാവങ്ങളും തെളിഞ്ഞുകാണുമെന്നത് അളഗപ്പനഗർ ദിനങ്ങളിൽ നിന്നനുഭവിച്ചറിഞ്ഞതാണ്.

കവിതകളിലുള്ളതിനേക്കാൾ അളഗപ്പനഗറിലെ കാഴ്ചകൾ റഫീക്ക് അഹമ്മദിന്റെ നോവൽ ശ്രമമായ 'അഴുക്കില്ല'ത്തിലാണ് കടന്നുവന്നിട്ടുള്ളത്. ഒരുപക്ഷേ കവിയായിട്ടും പാട്ടെഴുത്തുകാരനായിട്ടും

പുറത്തുവരാതിരുന്ന മനസ്സിൽ സംഭരിച്ചുവെച്ചിരുന്ന അനുഭവങ്ങളത്രയും വെളിച്ചം കണ്ടത് നോവൽ എഴുതിയപ്പോഴാണെന്നു തോന്നുന്നു. നോവൽ എഴുത്ത് ഏറെ സമയം ആവശ്യപ്പെടുന്ന ഒരു പ്രവൃത്തിയാണ്. നോവലിന്റെ സാങ്കേതിക വിദ്യയൊന്നും വശമില്ലെന്നാണ് കവി പറയുന്നത്.

നാട്ടിൻപുറത്തെ കുറേ കഥകളും തമാശകളും സംഭവങ്ങളും എഴുതണമെന്ന തോന്നലിലാണ് 'അഴുക്കില്ലം' എഴുതിത്തുടങ്ങുന്നത്. പിന്നെ, പിന്നെ ഒഴിവുസമയങ്ങളിൽ രസിച്ചിരുന്ന് അത്തരം കഥകൾ എഴുതിത്തുടങ്ങി. അങ്ങനെ എഴുതിയ കുറെ കഥകളുടെ സമാഹാരമാണ് 'അഴുക്കില്ല'മെന്ന നോവലായി പരിണമിക്കുന്നത്. വലിയ മാനസികാധ്വാനവും സമയനഷ്ടവും ജന്മനാലുള്ള അലസതയും ഇനിയൊരു നോവൽ എന്നതിനെക്കുറിച്ച് കവിക്കൊരു ഉറപ്പും പറയാനാവാത്തതിനു കാരണങ്ങളാവാം.

അന്ന് അളഗപ്പനഗറിൽ ഒരേ പേരുകാരായ രണ്ടു പേരുണ്ടായിരുന്നു. ഒന്ന് ഒരു പാവം, ഇറച്ചിവെട്ടായിരുന്നു തൊഴിൽ. എന്നാൽ രണ്ടാമൻ ഒരു സംഭവം തന്നെയായിരുന്നു. ഏകദേശം ആറരയടി പൊക്കം. ചീട്ടുകളി ക്ലബ്ബിന്റെ നടത്തിപ്പായിരുന്നു പ്രധാന പരിപാടി.

ഒരുവേള ക്ലബ്ബിലെന്തോ തർക്കം. വാക്കേറ്റവും വഴക്കുമായി. ഏതു സമയത്തും അടിവീഴാമെന്ന നിലയിലാണ് കാര്യങ്ങളുടെ പോക്ക്. ചീട്ടുകളി പ്രത്യേകിച്ച് മുച്ചീട്ടും പന്നിമലർത്തും തമ്മിലടിയിലും കത്തിക്കുത്തിലും കലാശിക്കുന്നത് പതിവായിരുന്ന കാലം. സംഭവത്തിന് സാക്ഷികളാകാനൊരുങ്ങി റഫീക്കും സുഹൃത്തുക്കളുമടക്കം കുറച്ചുപേർ.

വെല്ലുവിളിയുടെ പാരമ്യത്തിൽ നടത്തിപ്പുകാരൻ ഉടുമുണ്ട് മാറ്റി സ്വന്തം ലിംഗം മേശപ്പുറത്തേക്ക് നീക്കിയിട്ടു. "എടാ..."എന്നൊരലർച്ച. പിന്നെയൊരു മുഴുത്ത തെറി..." ഇതുകൊണ്ടൊന്നു

തന്നാൽ നീയൊക്കെ ബാക്കിയുണ്ടാവുമോടാ..."
എതിരാളികളും സാക്ഷികളും മേശപ്പുറത്തു നോക്കി അമ്പരന്നു നിന്ന നിമിഷങ്ങൾ. എതിരാളികളുടെ വായടപ്പിച്ച ലിംഗത്തെക്കുറിച്ച് പിന്നീട് നാട്ടിൽ കഥകളൊരുപാട് പ്രചരിച്ചു. അതിൽ പ്രധാനം അയാൾ പുറംനാടുകളിൽ പോയി ലിംഗ വലിപ്പമത്സരങ്ങളിൽ സമ്മാനം നേടിയെന്നതായിരുന്നു.

അസാമാന്യ ചങ്കൂറ്റമായിരുന്നു ആ മനുഷ്യന്. എന്തും സംഭവിക്കാമെന്ന സങ്കീർണഘട്ടത്തിൽ അയാൾ പ്രദർശിപ്പിച്ച ആ അസാധാരണ പൗരുഷം കാഴ്ചക്കാരുടെ മനസ്സിൽ ആഴ്ന്നു പതിഞ്ഞതായിരുന്നു.

'അഴുക്കില്ല'ത്തിൽ ചീട്ടുകളി ക്ലബ്ബിൽ കയറി വന്ന പൊലീസിനു മുന്നിൽ സ്വന്തം ലിംഗപ്രദർശനം നടത്തുന്ന ബധിരനും മൂകനുമായ കുട്ടാപ്പു, ഒരായുഷ്കാലത്തിന്റെ സഹനത്തിന്റെ വീര്യവും കെട്ടിയിടപ്പെട്ട കാമത്തിന്റെയും ശമനമില്ലാത്ത കാമനകളുടെ കിതപ്പുമുള്ള ആ ഉദ്ധൃതലിംഗ പ്രദർശനം നോവലിൽ പുനരവതരിച്ചത് യാദൃച്ഛികമല്ല. എന്നാൽ നോവൽ വായിച്ച പലരും ഈ കഥാപാത്രത്തിന്റെ പ്രവൃത്തിയിൽ അവിശ്വാസം പ്രകടിപ്പിച്ചിട്ടുണ്ട്.

രണ്ടുവർഷം മുമ്പ് ഇതേ മനുഷ്യൻ നാട്ടുകാരുമായി വഴക്കിട്ടതും സ്ഥലം എസ്.ഐയുമായി ഏറ്റു മുട്ടിയതും പത്രവാർത്തകളിൽ കണ്ടിരുന്നു. ഒറ്റമുണ്ടു മാത്രം ചുറ്റി റോഡിൽ കിടന്ന അയാൾ എഴുന്നേൽക്കാൻ വിസമ്മതിച്ചതും പൊലീസ് കഠിന ശ്രമം നടത്തി അറസ്റ്റ് ചെയ്തതും പത്രം വായിച്ചവർക്ക് അദ്ഭുതവും കൗതുകവുമാണ്. എന്നാൽ പണ്ടത്തെ ചീട്ടുകളി ക്ലബ്ബിലെ രാത്രിക്ക് സാക്ഷിയായിരുന്ന കവി തരിമ്പും ഞെട്ടലില്ലാതെയാണ് ആ വാർത്ത വായിച്ചത്.

കമ്മ്യൂണിസ്റ്റ് പാർട്ടിക്ക് ശക്തമായ വേരുകളുള്ള അളഗപ്പനഗറിൽ കെ. കരുണാകരൻ

ഉൾപ്പെടെയുള്ള നേതാക്കൾ തൊഴിലാളികളെ സംഘടിപ്പിച്ച് ബലാബലം നോക്കിനിന്ന കാലം. റോഡിലൂടെ വിപ്ലവഗാനം പാടി പോകുമായിരുന്ന ഗുണ്ടുമണി എന്ന മനുഷ്യൻ. ഇടയ്ക്കിടെ ഓഫീസിൽ കയറിവരും. കവിയോട് മാത്രമായി പറയും; "ചാർത്തുന്നു ഞാൻ സമരപുളകങ്ങൾ സഖാവേ..." റഫീക്ക് തിരിച്ചും അഭിവാദ്യമർപ്പിക്കും. നോവലിൽ ഇതേ രംഗവും കഥാപാത്രവും കടന്നു വന്നിരുന്നു.

അക്കാലത്ത് നാട്ടിലെ ചെറുപ്പക്കാർക്ക് ആവേശമായിരുന്ന ഒരു ഗ്രാമസുന്ദരിയുണ്ടായിരുന്നു. അവൾ കടന്നുപോകുന്ന സമയം പ്രദേശത്തെ ചെറുപ്പക്കാർ കാത്തിരിക്കുമായിരുന്നു. ഒരു നോട്ടത്തിനും ചിരിക്കുമൊക്കെയായി; നാട്ടുകാരുടെ കണ്ണിനും മനസ്സിനും ആനന്ദമേകിയിരുന്ന അഴുക്കില്ലത്തിലെ സാറാമ്മയും അളഗപ്പനഗറിലെ കുളിരോർമ്മകളിൽ നിന്നുള്ളതായിരുന്നു.

അരുളണ്ണനും ശിഷ്യനും

കറുത്തു തടിച്ച ദേഹവും ചെഞ്ചോര കണ്ണുകളു മുള്ള ഒരു ടിപ്പിക്കൽ തമിഴനായി രുന്നു അരുൾ

കറുത്തു തടിച്ച ദേഹവും ചെഞ്ചോര കണ്ണുകളുമുള്ള ഒരു ടിപ്പിക്കൽ തമിഴനായിരുന്നു അരുൾ. ഏതാണ്ട് അറുപത് വർഷം മുമ്പ് അളഗപ്പ ചെട്ട്യാരോടൊപ്പമാണ് അരുൾ അളഗപ്പനഗറിലെത്തുന്നത്.

കാറും അതോടിക്കുന്ന ഡ്രൈവറും അദ്ഭുത വസ്തുക്കളായിരുന്ന കാലത്ത് അളഗപ്പ ചെട്ട്യാരുടെ വിശ്വസ്തനായ ഡ്രൈവറും സന്തതസഹചാരിയുമായിരുന്നു അരുൾ. കാലം അരുളിനെ അരുളണ്ണനാക്കി. അളഗപ്പനഗറിൽ അരുളണ്ണനും അദ്ഭുതമായിരുന്നു. നാട്ടിൽ ഒരുപാടുപേരെ അരുളണ്ണൻ ഡ്രൈവിങ് പഠിപ്പിച്ചു. അങ്ങനെ അരുളണ്ണൻ അരുളാശാനുമായി.

അരുളണ്ണന്റെ മരണകാലത്താണ് റഫീക്ക് അളഗപ്പനഗറിലെത്തുന്നത്. അയാൾ മരിച്ച രാത്രിയിൽ അത്യസാധാരണമായ ഒരു സംഭവവുമുണ്ടായി.

ക്രിസ്തുമതാനുയായിയായിരുന്ന അരുളണ്ണനെ പള്ളിപ്പറമ്പിൽ തന്നെയാണ് സംസ്കരിച്ചിരുന്നത്. പാതിരാത്രിയിൽ അരുളണ്ണന്റെ കുഴിമാടത്തിനടുത്ത് ആളനക്കം കണ്ട് പള്ളിയിലുള്ളവർ ഭയന്നു. വികാരിയച്ചനുൾപ്പെടെ നാട്ടുകാരെ കൂട്ടിച്ചെന്നു നോക്കുമ്പോൾ അരുളണ്ണന്റെ ശിഷ്യന്മാരിലൊരാളായ ബേബിയണ്ണനാണ്. മദ്യപിച്ച് ലക്കുകെട്ട് നല്ല പരുവത്തിലായിരുന്നു നില്പ്. കൈയിൽ ചാരായത്തിന്റെ കുപ്പിയുമുണ്ട്.

തികഞ്ഞ മദ്യപാനിയായിരുന്ന അരുളാശാന് ഒത്ത ശിഷ്യനായിരുന്നു ബേബിയണ്ണൻ. തന്റെ കുഴിമാടം മൂടിയ ഇളകിയ പുതുമണ്ണിൽ തനിക്കേറ്റം പ്രിയപ്പെട്ട ചാരായം അർപ്പിക്കണമെന്ന് ആശാൻ പറഞ്ഞിരുന്നത്രെ. പാതിരാത്രിയിൽ നാടും നാട്ടുകാരും ഉറക്കത്തിലാണ്ട സമയം ആശാന്റെ അന്ത്യാഭിലാഷം പൂർത്തിയാക്കാനെത്തിയതായിരുന്നു ശിഷ്യൻ.

അരുളണ്ണന്റെ ഭാര്യയും മക്കളുമെല്ലാം അളഗപ്പനഗറിലുണ്ടായിരുന്നു. കാലം അവരെയുമെവിടെയോ തേച്ചുമായ്ച്ചു കളഞ്ഞിരിക്കുന്നു. ■

റേഡിയോ പൊട്ടിച്ച സഹപ്രവർത്തകൻ

റഫീക്കിന്റെ ഭയപ്പാടും ഭാവവ്യത്യാസങ്ങളും കൂട്ടുകാർക്കിടയിൽ എന്നും വലിയ ചിരി യുണ്ടാക്കിയിരുന്നു

മണ്ണെണ്ണ സ്റ്റൗ കത്തിക്കാൻ വലിയ ഭയമായിരുന്നു റഫീക്കിന്. അതന്നും ഇന്നും അങ്ങനെത്തന്നെ തുടരുന്നു. സ്വതവേയുള്ള അലസസ്വഭാവവും ഭയത്തെ മറികടക്കേണ്ടത് ഒരത്യാവശ്യകാര്യമാണെന്ന് തോന്നായ്കയാലും അതങ്ങനെ നിലനിന്നുവെന്ന് കവി പറയുന്നു. എന്തെങ്കിലും മാർഗമുണ്ടെങ്കിൽ പോൾസനോ മറ്റോ സ്റ്റൗ കത്തിച്ച് സഹായിക്കും. സ്റ്റൗ കത്തിക്കുന്നതും ആ സമയത്ത് റഫീക്കിനു ണ്ടാകുന്ന ഭയപ്പാടും ഭാവവ്യത്യാസങ്ങളും കൂട്ടു കാർക്ക് എന്നും വലിയ ചിരിയുണ്ടാക്കുന്ന അനു ഭവങ്ങളായിരുന്നു. പരുക്കൻ എന്നു വേണമെങ്കിൽ വിശേഷിപ്പിക്കാവുന്നത്രയും അതിഗൗരവം നിറഞ്ഞ

മുഖഭാവം സ്ഥായിയായുള്ള കവിയെ സ്റ്റൗ കത്തിക്കുന്ന കാര്യം പറഞ്ഞ് ചങ്ങാതിമാർ കളിയാക്കുന്നതും പതിവായിരുന്നു.

സ്ഥായിയായ അതിഗൗരവം ഗുണകരമായിവന്ന ഒരോർമ്മയും അളഗപ്പനഗറിൽ വെച്ചുണ്ടായിരുന്നു. ഒരിക്കൽ സുഹൃത്തുക്കളൊന്നിച്ച് സ്വാമിയുടെ ഹോട്ടലിൽ ദോശയും ചായയും കഴിച്ചുകൊണ്ടിരിക്കെ ഹോട്ടലുടമയും ഭക്ഷണം കഴിക്കാനെത്തിയ മറ്റൊരാളും തമ്മിൽ ഭയങ്കരമായ തർക്കം. വാക്കേറ്റവും ചീത്തവിളിയും കൈയാങ്കളിയുടെ വക്കിലെത്തിയപ്പോൾ കവിയും സംഘവും ഭക്ഷണം കഴിഞ്ഞെഴുന്നേറ്റു. സ്വതവേ ശാന്തസ്വഭാവക്കാരനായ സ്വാമിയും അന്ന് നല്ല ചൂടിൽ. ബിൽ കൊടുക്കാനായി കാഷ് കൗണ്ടറിലെത്തിയപ്പോഴും വഴക്ക് തീരുന്നില്ല. കൂടുതൽ ശക്തി പ്രാപിക്കാനുള്ള മട്ടിലാണ് രണ്ടു പേരും. പേഴ്സിൽനിന്ന് പണമെടുത്ത് ഹോട്ടലുടമയ്ക്കു മുന്നിൽ വെച്ച റഫീക്ക് മറ്റേയാളോട് ചോദിച്ചു, "ഭക്ഷണം കഴിച്ചില്ലേ...?" കനത്ത മുഖഭാവം കൂടുതൽ കടുപ്പിച്ചു. ഹോട്ടൽ പെട്ടെന്ന് നിശ്ശബ്ദമായി. കവി വീണ്ടും ചോദിച്ചു; "കാശ് കൊടുത്തില്ലേ...?" നിശ്ശബ്ദത പിന്നെയും. "എന്നാ ശരി വിട്ടോ..." അത്രയുമായപ്പോ വഴക്കും തീർന്നു. വഴക്കുകാരും പിരിഞ്ഞു. നേരത്തെ പറഞ്ഞ അതിഗൗരവം നിറഞ്ഞ സ്ഥായീഭാവമാകാം അവർക്ക് കവിയോട് മറുത്തൊന്നും പറയാൻ തോന്നാതിരുന്നത്.

അന്നവർക്ക് മറുത്തെന്തെങ്കിലും പറയാൻ തോന്നിയിരുന്നെങ്കിലോ? സ്വതവേ അത്തരത്തിൽ പ്രശ്നങ്ങളിൽ അനാവശ്യമായിടപെടുകയോ അതിസാഹസികതയോ അമിതധൈര്യമോ കാണിക്കുന്ന പതിവ് ഇല്ലാത്ത കവി എന്തുകൊണ്ടാണങ്ങനെ പെരുമാറിയെന്നു ചോദിച്ചാൽ അതിനും കവിക്ക് ഉത്തരമില്ലായിരുന്നു.

ഒരിക്കൽ കൂട്ടുകാരൊന്നിച്ച് അതിരപ്പിള്ളിയിലേക്ക് ഒരു യാത്ര പോയി. നീന്തലറിയാത്ത കവിയും പോൾസനും അതിരപ്പിള്ളിയിലെ ഭീതിയും തീക്ഷ്ണസൗന്ദര്യവുമുണർത്തുന്ന വെള്ളത്തിൽ പുഴ മുറിച്ച് മറുപുറം കടന്നതും നിറഞ്ഞ

കുത്തൊഴുക്കിൽ മുങ്ങിക്കിടന്നതും ഇന്നോർക്കുമ്പോൾ ദേഹമാകെ ഒരു വിറയലാണെന്ന് കവി പറയുന്നു.

ഗോതുരുത്തുകാരൻ വിൻസെന്റായിരുന്നു സുഹൃത്തുക്കളുടെ ധൈര്യം. ഏതു വെള്ളവും ഒഴുക്കും വെള്ളത്തിന്റെ ഉള്ളറകളും വിൻസെന്റിന് മനപ്പാഠമായിരുന്നു.

യാത്ര കഴിഞ്ഞ് തിരിച്ചെത്തിയപ്പോൾ ക്വാർട്ടേഴ്സിൽ എന്തോ ഒരു പന്തികേട്. നോക്കുമ്പോൾ റഫീക്കിന്റെ മുറിയാകെ അലങ്കോലമായിക്കിടക്കുന്നു. കവിയുടെ ഏറ്റവും പ്രിയപ്പെട്ട റേഡിയോ തറയിൽ എറിഞ്ഞുപൊട്ടിച്ചിരിക്കുന്നു.

റഫീക്ക് പതിവുപോലെ നിസ്സംഗനായി നിന്നു. പക്ഷേ ആ റേഡിയോ കവിക്കേറെ പ്രിയപ്പെട്ടതാണെന്ന് ചങ്ങാതിമാർക്കറിയാം. അവർക്കും ആ റേഡിയോ ജീവനായിരുന്നു.

ആളെ മനസ്സിലായി, ഓഫീസിൽ റഫീക്കിന്റെ സീനിയറായ സഹപ്രവർത്തകനാണ് പ്രതി. കവിയും സുഹൃത്തുക്കളും കൂട്ടുകൂടി വിനോദ യാത്ര പോയതിന്റെ ദേഷ്യം തീർത്തതാണ് കക്ഷി. ചങ്ങാതിമാർ അയാളെ കൈകാര്യം ചെയ്യാനുള്ള പദ്ധതികൾ ആസൂത്രണം ചെയ്തുതുടങ്ങി.

എന്നാൽ വ്യക്തിവിരോധമോ ദേഷ്യമോ അല്ല, മറിച്ച് സുഹൃത്സംഘത്തിൽ കൂട്ടാത്തതിലെ അസഹിഷ്ണുതയാണ് അയാളങ്ങനെ ചെയ്യാൻ കാരണമെന്ന് കവിക്കറിയാമായിരുന്നു.

മദ്യപാനിയും മദ്യപിച്ചാൽ നിയന്ത്രണം വിടുന്ന സ്വഭാവക്കാരനുമായ അയാളെ അവർ ഒരു പരിധി ക്കപ്പുറം അടുപ്പിച്ചിരുന്നില്ലെന്നത് സത്യം. എന്നാൽ അയാളിത്തരത്തിൽ പ്രതികരിക്കുമെന്ന് കരുതിയിരുന്നില്ല. കവി കൂട്ടുകാരെ പറഞ്ഞ് പിന്തിരിപ്പിച്ചു.

അവർ പദ്ധതിയുപേക്ഷിച്ചു, പിൻവാങ്ങി. എന്നാൽ പ്രിയപ്പെട്ട റേഡിയോ നശിപ്പിച്ചിട്ടും കവി നിസ്സംഗനായി നിൽക്കുന്നതിലെ അവിശ്വസനീയതയായിരുന്നു ചങ്ങാതിമാർക്ക്.

■

ബസ്സിലെ പാട്ട് നിർത്തിച്ച ഗൗരവക്കാരൻ

റഫീക്ക് പെട്ടെന്ന് ചാടി യെണീറ്റു: "പാട്ട് നിർത്തെടാ..." ബസ് ജീവന ക്കാരും യാത്ര ക്കാരും ഇത് തീരെ പ്രതീ ക്ഷിക്കാത്തതാ യിരുന്നു

അന്ന് കൊടകര നിയോജക മണ്ഡലത്തിൽപ്പെട്ട ഭാഗമായിരുന്നു അളഗപ്പനഗറും ആമ്പല്ലൂരും ചിമ്മിനിയും വരന്തരപ്പിള്ളിയുമെല്ലാം. തോട്ടം-വനം മേഖലയുടെ പരുക്കൻ ഭാവം ജീവിതത്തിന്റെ സമസ്തമേഖലകളിലും ആവാഹിച്ചുവെച്ച പ്രദേശ ങ്ങൾ. ഇന്നത്തെ ദേശീയപാത-47ന്റെ സ്ഥലമെടുപ്പും പ്രാരംഭനടപടികളും സജീവമായി നടക്കുന്ന കാലം. മലയോര മേഖലയിൽ സർവ്വീസ് നടത്തുന്ന ബസ്സു കൾക്കും അതിലെ തൊഴിലാളികൾക്കും പരുക്കൻ സ്വഭാവവും തണ്ടും തന്റേടവും ജീവിതത്തിന്റെ ഒരു ഭാഗം തന്നെയായിരുന്നു.

വണ്ടിക്കാർ തമ്മിലും വണ്ടിതൊഴിലാളികളും

നാട്ടുകാരും തമ്മിലും വഴക്കും തർക്കവും തമ്മിൽ തല്ലും പതിവു സംഭവങ്ങളായിരുന്നു.

ഒരിക്കൽ റഫീക്കും കൂട്ടുകാരും എവിടെ നിന്നോ ഒന്നിച്ച് ബസ്സിൽ വരികയായിരുന്നു. പതിവു പോലെ തമാശകളും സംസാരവുമായി. എന്നാൽ സംഭാഷണത്തിനുമേലെ എന്തോ അരോചകമായ കൊട്ടും ബഹളവുമായി ബസ്സിലെ സ്റ്റീരിയോ സംഗീതം. പതിവുപോലെ നീണ്ട കാലുള്ള കുടയും തുകൽബാഗും കനത്ത മുഖഭാവവുമായാണ് കവിയിരിക്കുന്നത്.

കാതടപ്പിക്കുന്ന ബസ്സിലെ പാട്ട്, ചിരിയും കളി തമാശയും പതിയെ പതിയെ ഇല്ലാതാക്കിക്കൊണ്ടിരുന്നു.

അല്പനേരം കഴിഞ്ഞു, ബഹളം അരോചക മെന്ന് യാത്രക്കാരുടെ മുഖത്തറിയാം. തൊഴിലാളി കൾ അതൊന്നും ഗൗനിക്കുന്നേയില്ല. സ്റ്റിയറിങ്ങിലും കമ്പികളിലും താളമടിച്ച്, പാട്ടിനേക്കാളുച്ചത്തിൽ ആർത്തലച്ച് ചിരിച്ചും ധാർഷ്ട്യത്തിന്റെ കൊടുമുടി യിലായിരുന്നു അവരുടെ വിഹാരം.

കുറച്ചുനേരം സഹിച്ചതിനു പിന്നാലെ റഫീക്ക് പെട്ടെന്ന് ചാടിയെണീറ്റു: "പാട്ട് നിർത്തടാ..." ബസ് ജീവനക്കാരും യാത്രക്കാരും കൂട്ടുകാരും ഇത് തീരെ പ്രതീക്ഷിക്കാത്തതായിരുന്നു. തൊഴിലാളികൾ റഫീക്കിനെ ഒന്നടിമുടി നോക്കി. നീണ്ട കാലുള്ള കുടയും തുകൽബാഗും അന്നത്ര പ്രചാരത്തിലില്ല. അവർക്ക് എന്തോ പന്തികേടു തോന്നി. കൃത്യസമ യത്ത് പോൾസൺ എണീറ്റു. കണ്ടക്ടറുടെ അടു ത്തേക്ക് നീങ്ങി. അടക്കം പറയുന്ന മട്ടിൽ ചോദിച്ചു: "ഇയാളെ മനസ്സിലായോ..." കവിയപ്പോഴും അതി ഗൗരവം നിറഞ്ഞ മുഖത്തെ പേശികൾ കൂടുതൽ കടുപ്പിച്ച്, വലിഞ്ഞുമുറുകി നിൽക്കുകയായിരുന്നു. കണ്ടക്ടർ മറുത്തൊന്നും പറയാതെ പോയി പാട്ടു നിർത്തി.

കാലങ്ങൾക്കിപ്പുറം ഇപ്പോഴും പഴയ ബസ് യാത്രയും പരുക്കൻ മുഖഭാവത്തിനുള്ളിലെ പച്ച പ്പാവമായ കവിയുടെ അന്നത്തെ പ്രകടനവും കൂട്ടുകാർക്കിന്നും പറഞ്ഞു ചിരിക്കാനുള്ള അനു ഭവങ്ങളിലൊന്നാണ്.

അവാർഡ് വാങ്ങാൻ അനന്തപുരിയിൽ

അവാർഡ് അത്ര ഭയങ്കര സംഭവമായി കണ്ടിട്ടില്ലാത്ത തിനാൽ ക്ലോക്ക് റൂമിൽ അവാർഡ് ശില്പം ഏല്പിച്ചു പോരാൻ മടി തോന്നിയില്ല

പാട്ടെഴുത്തും സിനിമാപ്രവേശവുംപോലെ ആക സ്മികം തന്നെയായിരുന്നു റഫീക്കിന് സിനിമ യിൽനിന്നുള്ള അവാർഡുകളും. അഞ്ചുതവണ ലഭിച്ച അവാർഡുകളേക്കാൾ സ്കൂൾ ദിനങ്ങളിൽ അധ്യാപകരിൽനിന്നു കേട്ട നല്ല വാക്കുകളാണ് കവിയെ കൂടുതൽ സന്തോഷിപ്പിച്ചിട്ടുള്ളത്.

റഫീക്ക് അഹമ്മദിന് ആദ്യമായി സിനിമാഗാന രചനയ്ക്ക് സംസ്ഥാന അവാർഡ് ലഭിക്കുന്നത് 2007 ലാണ്. അവാർഡ് സ്വീകരിക്കാൻ തിരുവനന്ത പുരത്ത് പോകുന്നത് അളഗപ്പനഗറിലെ കൂട്ടുകാരോ ടൊപ്പമാണ്. ചടങ്ങു കഴിഞ്ഞപ്പോൾ കൂട്ടത്തിൽ

ചിലർക്ക് തിരുവനന്തപുരം കാണണമെന്നായി മോഹം. വലിയ അവാർഡ് ശില്പവുംകൊണ്ട് നഗരി കാണുന്നതിലെ അസ്വസ്ഥത കവിയറിയിച്ചു. ലോനപ്പൻ വഴി കണ്ടുപിടിച്ചു.

"നമ്മുടെ ഡിപ്പാർട്ടുമെന്റുണ്ടല്ലോ,ഓഫീസുണ്ടല്ലോ അവിടെ ഏല്പിക്കാം..." ട്രാൻസ്പോർട്ട് വകുപ്പിൽ കണ്ടക്ടറായ ലോനപ്പൻ തിരുവനന്തപുരം കെ.എസ്.ആർ.ടി.സി. സ്റ്റാന്റിലേക്ക് നയിച്ചു. അവിടെ ക്ലോക്ക് റൂമിൽ അവാർഡ് സൂക്ഷിക്കാനേല്പിച്ചു.

അവാർഡ് അത്ര ഭയങ്കര സംഭവമായി കണ്ടിട്ടില്ലാത്തതിനാൽ അങ്ങനെ ക്ലോക്ക് റൂമിൽ ഏല്പിച്ചു പോരാൻ മടിയും തോന്നിയില്ലെന്ന് കവി. കറക്കം കഴിഞ്ഞ് തിരിച്ചെത്തിയപ്പോൾ ക്ലോക്ക് റൂമിലെ പല തരം സാധന സാമഗ്രികൾക്കിടയിൽ അവാർഡ് ശില്പം കാണാനില്ല.

"ഓ... സാരമില്ല" എന്ന മട്ടിലായിരുന്നു റഫീക്കിന്റെ നില്പ്.

എന്നാൽ കൂടെയുള്ളവർക്ക് സഹിച്ചില്ല. പ്രത്യേകിച്ച് ലോനപ്പന്. മറ്റുള്ളവർ ലോനപ്പനെ കുറ്റപ്പെടുത്തുന്നുണ്ടായിരുന്നു. പോൾസനും ലോനപ്പനും ക്ലോക്ക്റൂമിൽ ഉഴുതുമറിച്ചു. കുന്നുകൂടിയ ഭാണ്ഡക്കെട്ടുകൾക്കും ബാഗേജുകൾക്കുമിടയിൽ ഏറെ നേരം മുങ്ങിത്തപ്പിയാണ് അവർ അവസാനം അവാർഡ് ശില്പം കണ്ടെടുത്തത്.

സിനിമയുടെ പകിട്ടുകളും അംഗീകാരങ്ങളും ജനസാമാന്യത്തിന്റെ സ്വീകാര്യതയും ക്ഷണികമാണെന്ന ഉത്തമബോധ്യത്തോടെയാണ് കവിയുടെ ജീവിതം. ഇന്ന് നമ്മളെ ഇരുകൈയും നീട്ടി സ്വീകരിക്കുന്നവർ നാളെ ഇതിനേക്കാൾ പുതുമ അവകാശപ്പെടുന്ന സൃഷ്ടികളിൽ ആസ്വാദ്യതയനുഭവപ്പെട്ടാൽ അതിൽ ആകൃഷ്ടരാവും. അത് സ്വാഭാവികമാണ്. അപ്പോഴും കൈവിടാത്ത സൗഹൃദങ്ങളും സുഹൃദ്വലയവും മാത്രം അവശേഷിക്കുമെന്നാണ് കവിയുടെ വിശ്വാസം.

അതുകൊണ്ടുതന്നെ പാട്ടും കവിതയുമുൾപ്പെടെ ഇപ്പോഴും കവി മനസ്സ് തുറന്ന് പങ്കുവെക്കുന്നത് ഈ സുഹൃത്തുക്കളോടു തന്നെയാണ്. വായനക്കാരും ആസ്വാദകരുമറിയാത്ത പല കവിതകളുടെയും വ്യത്യസ്തമായ തലങ്ങൾ പരസ്പരം പറഞ്ഞും പങ്കുവെച്ചും സുഹൃദ് സദസ്സുകൾ ഇപ്പോഴും തുടരുന്നു.

റഫീക്ക് "ഈ കവിത ഇങ്ങനെയും വായിക്കാം..." എന്നേറ്റു പറയുന്നതും ഈ കൂട്ടുകാരോടാണ്. അതുകൊണ്ടുതന്നെ വലിയ വേദികൾ ഉണ്ടാക്കുന്ന ബുദ്ധിമുട്ടുകളേക്കാൾ ഇവിടുത്തെ പങ്കുവെക്കലുകൾ കവിക്ക് പ്രിയതരമാകുന്നു. ■

പഴയ നോട്ടം തന്നെ ധാരാളം...

പ്രണയവും പ്രണയാനുഭവങ്ങളും കവിതയിൽ ഏറെ ഉപയോഗിക്കാത്ത കവിയാണ് റഫീക്ക്

കവി, കവിത ഇതെല്ലാം പ്രണയാനുഭവങ്ങളുമായി അഭേദ്യമായി ബന്ധപ്പെട്ടിരിക്കുന്നുവെന്നാണ് നമ്മുടെ പരമ്പരാഗതമായ കാഴ്ചപ്പാട്. അതു കൊണ്ടുതന്നെ കവിയെന്ന നിലയിൽ പങ്കെടുക്കുന്ന വേദികളിലും പരിപാടികളിലും പ്രണയാനുഭവങ്ങൾ അന്വേഷിച്ചുകൊണ്ടുള്ള ചോദ്യങ്ങൾ എക്കാലത്തും നേരിടേണ്ടി വന്നിട്ടുണ്ട് റഫീക്ക് അഹമ്മദിന്.

പ്രണയത്തേക്കാളേറെ സൗഹൃദങ്ങൾ അണയാതെ നിർത്തുന്നതിലായിരുന്നു കവിക്കെക്കാലവും താത്പര്യം കൂടുതൽ. എന്നാൽ ഏതൊരു സാധാരണക്കാരനേയും പോലുള്ള പ്രണയാനുഭവങ്ങൾ തനിക്കും അന്യമല്ലെന്ന് കവി പറയുന്നു. എന്നാൽ

പ്രണയം എന്നതിന്റെ ഗൗരവതരമായ അർത്ഥതലത്തെ സ്പർശിക്കുംവിധം ഒരു പ്രണയബന്ധവും വളർന്നില്ല എന്നു പറയുന്നതാവും ശരി.

പ്രണയവും പ്രണയാനുഭവങ്ങളും കവിതയിൽ ഏറെ ഉപയോഗിക്കാത്ത കവിയാണ് റഫീക്ക്. എന്നാൽ സിനിമാപാട്ടുകളിൽ ധാരാളമായി ഉപയോഗിച്ചിട്ടുമുണ്ട്. റഫീക്കിന്റെ പ്രണയകവിതകൾ പോലും വായിക്കപ്പെട്ടത് മറ്റു വിധത്തിലാണ്. 'മരണ മെത്തുന്ന നേരത്ത്' എന്ന കവിതയ്ക്ക് സംഭവിച്ചത് നേരത്തെ പറഞ്ഞതാണല്ലോ.

പഴയ പ്രണയാനുഭവങ്ങൾ തിരയാനോ വീണ്ടെടുക്കാനോ തോന്നുമ്പോഴെല്ലാം 'വേണ്ട' എന്ന കവിതയിൽ പറയുന്നതുപോലെ.

'പണ്ടത്തെ വെട്ടിത്തിരിഞ്ഞുള്ള നോട്ടം
മതിയായിരുന്നു...' എന്നു ചിന്തിക്കാനാണ് കവിക്കിഷ്ടം.

എന്നാൽ മരണമെത്തുവോളം പ്രണയമെത്തണം എന്നു തന്നെയാണ് കവിയുടെ അഭിപ്രായം. കാരണം പ്രണയം ഈ ലോകത്തെ അത്രമേൽ മനോഹരമാക്കുന്നു. ∎

www.ingramcontent.com/pod-product-compliance
Lightning Source LLC
LaVergne TN
LVHW041854070526
838199LV00045BB/1606